Về Sống và Chết

Jiddu Krishnamurti
Vũ Toàn dịch

Về Sống và Chết
ON LIVING AND DYING

NHÀ XUẤT BẢN PHƯƠNG ĐÔNG

Death must be something extraordinary, as life is. Life is a total thing. Sorrow, pain, anguish, joy, absurd ideas, possession, envy, love, the aching misery of loneliness - all that is life. And to understand death, we must understand the whole of life, not take just one fragment of it and live with that fragment, as most of us do. In the very understanding of life there is the understanding of death, because the two are not separate.

J. Krishnamurti
London
12 June 1962

4

Cũng như sống, chết chắc chắn phải là một cái gì đó phi thường. Đời sống là một tổng thể. Sự đau khổ, nỗi đớn đau, cơn thống khổ, niềm vui sướng, những ý tưởng ngớ ngẩn, sự chiếm hữu, lòng ghen ghét, tình yêu, nỗi bất hạnh nhức nhối của sự cô đơn - tất cả những thứ đó là cuộc sống. Và để hiểu cái chết, chúng ta phải hiểu tổng thể cuộc sống, chứ không phải tách ra một mảnh rồi sống với cái mảnh rời rạc đó như hầu hết chúng ta làm. Ngay trong sự hiểu về cuộc sống có sự hiểu về cái chết, vì cả hai không thể tách rời nhau.

J. Krishnamurti
London
12 June 1962

5

Lời Nói Đầu

Jiddu Krishnamurti sinh năm 1895 tại Ấn độ. Năm 13 tuổi ông được Thông Thiên Hội kết nạp và được xem như ứng thân của một "Tôn sư nhân loại" mà sự nhập thế đã được hội công bố trước. Chẳng bao lâu Krishnamurti xuất hiện như một vô thượng sư đầy uy quyền và cương nghị với những cuộc nói chuyện và các bài viết chẳng liên quan đến một tôn giáo riêng biệt nào và cũng không thuộc về Đông hay Tây, mà cho toàn thể nhân loại. Cương quyết từ bỏ hình ảnh là một đấng cứu thế, năm 1929 Krishnamurti giải tán Order of the Star, một hội đoàn lớn và giàu có đã được xây dựng quanh ông, và tuyên bố chân lý là "cõi không lối vào," chân lý không thể đạt đến bằng bất cứ tôn giáo, triết lý hay tông phái có tính cách hình thức nào.

Suốt đời mình, Krishnamurti nhất mực từ chối tước vị đạo sư mà nhiều người đã tìm cách phong tặng. Ông thu hút vô số thính chúng trên toàn thế giới nhưng không bao giờ đòi hỏi uy quyền, và thu nhận môn đồ, ông thuyết giảng như một con người nói chuyện với một con người. Cốt tủy của điều ông chỉ giáo là sự nhận thức được rằng mọi thay đổi căn bản trong xã hội chỉ có thể xảy ra khi có sự chuyển hóa ý thức cá nhân. Krishnamurti luôn luôn nhấn mạnh sự biết rõ chính mình và hiểu được những ảnh hưởng hẹp hòi và phân biệt của sự điều kiện hóa mang màu sắc tôn giáo và quốc gia. Ông chỉ rõ tính cần thiết của sự cởi mở, vì đó là "không gian bao la trong bộ óc mà nơi đó có sẵn một năng lực ngoài sức tưởng tượng." Hình như đó chính là suối nguồn sáng tạo bất tận của ông và cũng là yếu tố then chốt của ảnh hưởng mang tính xúc tác mà ông đã tạo lên khối nhân loại đông đảo và đa dạng này.

Krishnamurti không ngừng thuyết giảng trên toàn thế giới cho đến khi mất năm 1986 vào tuổi 90. Những bài diễn thuyết, đối thoại, nhật ký và thư từ của ông đã được lưu giữ trong trên 60 bộ sách. Từ nguồn giáo huấn phong phú đó mà loạt sách chủ đề này đã được kết tập và ấn hành. Mỗi cuốn sách đặt trọng tâm vào một đề tài có liên quan chuyên biệt và tính bức thiết của nó trong cuộc sống hàng ngày của chúng ta.

Vũ Toàn

ജ്ഞങ

Saanen, ngày 28 tháng 7 năm 1964

Tôi muốn nói về một sự kiện bao gồm tổng thể cuộc sống, một sự kiện không manh múm rời rạc mà là một giải pháp toàn diện cho toàn thể sự tồn tại của con người. Để đi vào vấn đề một cách sâu xa, theo tôi, một người phải thoát ra khỏi mọi ràng buộc với bất cứ lý thuyết, đức tin, hay giáo điều nào. Hầu hết chúng ta cày xới miếng đất tâm không ngưng nghỉ nhưng hình như chẳng bao giờ gieo hạt. Chúng ta phân tích, bàn luận, xé tan vạn hữu thành từng mảnh vụn, nhưng vẫn không hiểu được tổng thể sự vận hành của cuộc sống.

Theo tôi có ba điều cần được hiểu một cách sâu sắc nếu chúng ta muốn biết toàn thể sự vận hành của cuộc sống. Đó là: Thời gian, Sự đau khổ, và Cái chết. Để hiểu thời gian, để hiểu trọn vẹn ý nghĩa của đau khổ, và để ở lại với cái chết - tất cả những điều này đòi hỏi tính trong sáng của tình yêu. Tình yêu không phải là một lý thuyết, và cũng không phải là một lý tưởng. Hoặc bạn yêu hoặc bạn không yêu. Tình yêu không thể được dạy dỗ. Bạn không thể học làm cách nào để yêu, và cũng chẳng có phương pháp nào cho bạn thực hành hàng ngày để biết được tình yêu là gì. Theo tôi, một người đến với tình yêu một cách tự nhiên, dễ dàng, và tự phát khi người ấy thực sự hiểu được ý nghĩa của thời gian, nỗi sâu thẳm phi thường của đau khổ, và sự trong sáng đến cùng với cái chết. Như thế, chúng ta có thể tìm hiểu - một cách thực tế, chứ không phải lý thuyết hay trừu tượng - bản chất của thời gian, đặc tính hay cơ cấu của đau khổ, và điều lạ thường mà chúng ta gọi là cái chết. Ba điều này không thể tách rời nhau. Nếu hiểu được thời gian, chúng ta sẽ hiểu được chết là gì, cũng như chúng ta sẽ hiểu thế nào là đau khổ. Nhưng nếu chúng ta xem thời gian như một cái gì đó tách biệt với đau khổ và cái chết, và tìm cách giải quyết vấn đề một cách riêng biệt thì giải pháp của chúng ta sẽ là manh mún rời rạc, và như thế chúng ta không thể nào hiểu được cái đẹp lạ thường và sức sống của tình yêu.

Chúng ta sẽ nói về thời gian như một thực tế chứ không phải là một khái niệm trừu tượng - thời gian có nghĩa là khoảng diễn tiến, là sự tiếp tục của tồn tại. Có loại thời gian tính theo niên đại, giờ giấc và ngày trải thành hàng triệu năm; chính loại thời gian niên đại này đã tạo ra cái tâm và với cái tâm đó chúng ta hành hoạt. Tâm là kết quả của thời gian tức sự tiếp tục của tồn tại, và qua sự tiếp tục đó tâm trở nên toàn thiện hay trau chuốt thì được gọi là tiến bộ. Thời gian cũng còn là khoảng diễn tiến tâm lý mà ý nghĩ đã tạo ra như một phương tiện của sự đạt thành. Chúng ta dùng thời gian để tiến bộ, để thành đạt, để trở thành, để đem lại một kết quả nào đó. Đối với hầu hết chúng ta, thời gian là bàn đạp để đạt đến một cái gì đó cao xa hơn - để phát triển những khả năng, để hoàn thiện một kỹ năng, để đạt được một cứu cánh, một mục đích nào đó, dù đáng ca tụng hay không; như thế chúng ta đi đến sự suy nghĩ rằng thời gian là cần thiết để nhận thức được cái gì là chân thật, là Thượng đế, cái gì vượt ra khỏi những trần lao của kiếp người.

Hầu hết chúng ta xem thời gian như là giai đoạn của những diễn tiến giữa một thời điểm hiện tại và một lúc nào đó trong tương lai, và chúng ta dùng thời gian để tu sửa cá tính, từ bỏ một thói quen, phát triển một bắp thịt hay một quan điểm. Suốt hai ngàn năm cái tâm Thiên chúa giáo đã bị điều kiện hóa để tin vào một Đấng Cứu thế, vào địa ngục, vào thiên đàng; ở Đông phương một tình trạng điều kiện hóa tâm tương tự cũng đã được đặt ra và còn lâu dài hơn thế. Chúng ta nghĩ rằng muốn làm hay hiểu bất cứ điều gì thì nhất thiết phải cần đến thời gian. Như thế thời gian trở thành một gánh nặng, một chướng ngại đối với sự nhận thức chân thật, thời gian ngăn trở chúng ta nhận ra ngay thực tướng của sự vật vì chúng ta nghĩ rằng cần phải có thời gian để hiểu. Chúng ta bảo, "Ngày mai, hay một hai năm nữa, tôi sẽ hiểu điều này hết sức rõ ràng." Một khi chấp nhận thời gian có nghĩa là chúng ta tạo cơ hội cho sự lười biếng, và chính sự lười biếng ngăn trở chúng ta thấy ngay lập tức sự vật như nó đang là.

Chúng ta nghĩ rằng cần phải có thời gian để xuyên phá sự điều kiện hóa mà xã hội - với đủ loại tôn giáo có tổ chức, phép tắc đạo đức, giáo điều, thói ngạo mạn và tinh thần ganh đua của nó - đã áp đặt lên tâm. Chúng ta suy nghĩ theo thời gian vì ý nghĩ thuộc về thời gian. Ý nghĩ là phản ứng của ký ức - ký ức là cái nền tảng đã được huân tập, kế thừa, thụ đắc từ chủng tộc, cộng đồng, đoàn thể, gia đình, và cá nhân. Cái nền tảng này là kết quả tiến trình tích lũy của tâm, và sự tích lũy đó cần đến thời gian. Đối với hầu hết chúng ta, tâm là ký ức, và khi nào có thách thức, có đòi hỏi thì chính ký ức phản ứng. Điều này cũng giống như phản ứng của bộ óc điện tử, hoạt động nhờ sự liên tưởng. Ý nghĩ là phản ứng của ký ức, chính bản chất của ý nghĩ là sản phẩm của thời gian và cũng là nguồn sáng tạo thời gian.

Xin làm ơn hiểu cho rằng điều tôi nói không phải là một lý thuyết; cũng không phải là một điều mà bạn phải suy nghĩ. Bạn không cần phải suy nghĩ về nó mà đúng hơn là phải nhìn thấy nó, bởi vì nó là như thế. Tôi sẽ không đi vào chi tiết tỉ mỉ, nhưng tôi vừa vạch ra những sự kiện có tính quan yếu, và hoặc là bạn thấy hoặc là bạn không thấy những sự kiện này. Nếu bạn hiểu được những gì tôi đang nói, không phải qua lời lẽ, ngôn từ hay phân tích, mà thực sự thấy được như thế, bạn sẽ nhận ra thời gian lừa lọc như thế nào. Lúc đó câu hỏi sẽ là liệu thời gian có thể chấm dứt? Nếu chúng ta thấy được toàn thể tiến trình hành hoạt của chính mình - thấy được chiều sâu, sự nông cạn, cái đẹp và cái xấu của nó - không phải chờ đến mai, mà ngay lập tức, thì chính sự trực nhận này là hành vi kết liễu thời gian.

Nếu không hiểu được thời gian thì không hiểu được đau khổ. Thời gian và đau khổ không phải là hai thứ khác nhau như chúng ta cố hiểu như thế. Đến sở làm, sống với gia đình, có con cái - đó là những sự kiện không tách rời, và biệt lập. Trái lại, chúng có quan hệ với nhau một cách sâu xa và mật thiết, và chúng ta không thể thấy tính mật thiết lạ thường này của quan hệ nếu không có sự nhạy cảm mà tình yêu đem đến.

Để hiểu đau khổ chúng ta thật sự phải hiểu được bản chất của thời gian và cơ cấu của ý nghĩ. Thời gian phải chấm dứt, nếu không chúng ta chỉ đơn thuần lập lại những dữ kiện đã được thu thập, giống như một bộ óc điện tử. Nếu không chấm dứt thời gian - có nghĩa là chấm dứt tư duy - thì đơn thuần chỉ có sự lập lại, điều chỉnh và sửa đổi liên tục. Sẽ chẳng bao giờ có cái mới. Chúng ta là những bộ óc điện tử được tôn vinh - tuy có vẻ độc lập hơn đôi chút, nhưng cách hành hoạt thì vẫn như máy móc.

Để hiểu bản chất của đau khổ và chấm dứt đau khổ cần phải hiểu thời gian, mà hiểu được thời gian có nghĩa là hiểu được ý nghĩ. Hai cái không tách rời nhau. Khi hiểu được thời gian, người ta nhận ra ý nghĩ; và hiểu được ý nghĩ tức là chấm dứt thời gian và cũng là chấm dứt đau khổ. Nếu điều này quá rõ ràng thì chúng ta có thể nhìn thẳng vào đau khổ chứ không tôn thờ nó như những người Thiên chúa giáo vẫn làm. Cái gì không hiểu thì hoặc chúng ta tôn thờ hoặc chúng ta diệt trừ nó. Chúng ta đặt đau khổ trong thánh đường, trong đền chùa, hay trong một góc tối của tâm, và ôm ấp nó trong sợ hãi; hoặc chúng ta đá nó, quẳng nó đi; hoặc chúng ta chạy trốn nó. Nhưng ở đây chúng ta không làm những chuyện như thế. Chúng ta thấy rằng qua hàng ngàn năm con người còn loay hoay đánh vật với vấn nạn đau khổ mà vẫn vô phương giải quyết; vì thế con người trở nên chai đá với đau khổ, chấp nhận đau khổ, và bảo rằng đau khổ là một phần tất yếu của đời người.

Đơn thuần chấp nhận đau khổ không những là ngu dốt mà còn làm cho tâm mê muội. Một sự chấp nhận như thế làm cho tâm không còn bén nhạy, tàn nhẫn, và nông cạn, và do đó đời sống trở nên nghèo nàn, như một chuỗi diễn tiến chỉ có làm việc và thú vui. Con người sống một cuộc sống rời rạc như một doanh gia, một khoa học gia, một nghệ sĩ, một người theo chủ nghĩa đa cảm, hay một kẻ được gọi là đạo nhân, và vân vân. Nhưng muốn hiểu và thoát khỏi đau khổ, bạn phải hiểu được thời gian và do đó hiểu được ý nghĩ. Bạn không thể phủ nhận đau khổ, bỏ chạy hay trốn tránh đau khổ bằng những trò giải trí, bằng thánh đường, hay bằng những đức tin được hệ thống hóa; bạn cũng không thể chấp nhận hay tôn thờ đau khổ; và để không làm những điều đó đòi hỏi một sự chú ý cao độ, có nghĩa là năng lượng.

Đau khổ bám rễ trong sự tự thương xót, và để hiểu đau khổ trước tiên cần phải mạnh tay mổ xẻ tất cả mọi hình thức tự thương xót. Tôi không biết có bao giờ bạn cảm thấy tội nghiệp cho chính mình như thế nào không? Chẳng hạn như khi bạn nói, "Tôi cô đơn quá." Ngay khi cảm thấy tự thương xót cũng là lúc bạn cấp đất cho đau khổ bén rễ. Dù có biện minh cho sự tự thương xót đến đâu, lý giải nó, đánh bóng nó, che đậy nó bằng ý tưởng thì nó vẫn còn đó, ray rứt sâu kín trong bạn. Như vậy, muốn hiểu được đau khổ thì một người phải bắt đầu bằng sự loại bỏ tính cách tầm thường của thái độ hướng ngã tàn nhẫn và vị kỷ, tức là lòng tự thương xót. Có thể bạn cảm thấy tự thương xót vì mang một căn bệnh nan y, hoặc mất đi một người thân vì cái chết, hoặc vì ước muốn chưa toại nguyện nên thất vọng, u mê; nhưng vì bất cứ nguyên do gì, lòng tự thương xót là gốc rễ của đau khổ. Và một khi không còn tự thương xót, bạn có thể nhìn thẳng vào đau khổ mà không tôn thờ nó, chạy trốn nó hay gán cho nó một ý nghĩa tâm linh cao cả bằng cách bảo rằng người ta phải cam chịu đau khổ để tìm thấy Thượng đế - một ý tưởng hoàn toàn vớ vẩn. Chỉ có cái tâm u mê, ngu ngốc mới cam chịu đau khổ. Như vậy, không thể có sự chấp nhận đau khổ dưới bất cứ hình thức nào, và cũng không phủ nhận nó. Khi không còn tự thương xót, bạn loại bỏ khỏi sự đau khổ tất cả những tình cảm ủy mị, tính đa cảm phát sinh từ lòng tự thương xót. Lúc đó bạn có thể nhìn thẳng vào đau khổ với sự chú ý trọn vẹn.

Tôi hy vọng bạn thực sự đang làm điều này với tôi trong lúc chúng ta cùng tiến bước chứ không phải chỉ chấp nhận suông những gì tôi nói. Hãy thấy biết rõ ràng sự chấp nhận đau khổ một cách mê muội của bạn, lý giải của bạn, lý do bào chữa của bạn, lòng tự thương xót, những tình cảm ủy mị, thái độ xúc cảm của bạn đối với đau khổ, bởi vì tất cả những thứ này chỉ là một sự phung phí năng lực.

Để hiểu đau khổ, bạn phải dành tất cả chú ý cho nó, và trong sự chú ý đó không có chỗ cho bào chữa, tình cảm ủy mị, lý luận, không có chỗ cho bất cứ hình thức tự thương xót nào.

Tôi hy vọng đã trình bày một cách rõ ràng khi nói về một người phải dành tất cả chú ý cho đau khổ. Trong sự chú ý đó không hề có một cố gắng nào để giải quyết đau khổ hay để hiểu đau khổ. Bạn chỉ cần nhìn, quan sát. Bất cứ cố gắng nào để hiểu, để lý giải, hay để trốn tránh đau khổ đều phủ nhận tình trạng vô phản ứng của sự chú ý trọn vẹn mà chỉ trong đó cái được gọi là đau khổ mới có thể được hiểu.

Chúng ta không phân tích, chúng ta không nghiên cứu một cách phân tích đau khổ để diệt trừ đau khổ, vì đó cũng là một trò lừa đảo khác của tâm. Tâm phân tích đau khổ rồi tưởng tượng nó đã hiểu được đau khổ và do đó không còn đau khổ - chỉ là chuyện vớ vẩn. Bạn có thể đoạn trừ một loại đau khổ nào đó, nhưng đau khổ lại tái xuất hiện dưới một hình thức khác. Chúng ta nói về đau khổ như là một vấn đề tổng thể - về đau khổ là như thế - dù đó là nỗi đau khổ của bạn, hay của tôi, hay của bất cứ con người nào khác.

Để hiểu đau khổ cần phải hiểu thời gian và ý nghĩ. Cần phải có một sự tỉnh thức không lựa chọn đối với tất cả những hình thức chạy trốn, lòng tự thương xót, và mọi hình thức ngôn từ hóa, như thế tâm trở nên hoàn toàn tĩnh lặng trước một cái gì đó cần được hiểu. Lúc đó sẽ không có sự phân chia giữa người quan sát và cái bị quan sát. Không phải *bạn*, người quan sát, người tư duy đang đau khổ và đang quan sát sự đau khổ, mà chỉ có một *trạng thái* đau khổ. Cái trạng thái đau khổ bất phân chia đó là cần thiết, bởi vì khi nhìn đau khổ như một người quan sát bạn tạo nên xung đột, làm cho tâm trở nên u mê, hao phí năng lượng, và do đó không còn chú ý.

Khi tâm hiểu được bản chất của thời gian và ý nghĩ, khi tâm đánh bật rễ lòng tự thương xót, tình cảm ủy mị, tính đa cảm, và tất cả những thứ còn lại, thì ý nghĩ - cái đã tạo ra tất cả những thứ phức tạp này - chấm dứt, và không còn thời gian; do đó bạn tiếp xúc thẳng và thân cận với cái mà bạn gọi là đau khổ. Đau khổ chỉ tồn tại khi có sự chạy trốn nó, khi có ý muốn chạy trốn nó, giải quyết nó, hay tôn thờ nó. Nhưng khi không có bất cứ gì thuộc những thứ đó vì tâm tiếp xúc thẳng với đau khổ, và do đó hoàn toàn im lặng đối với đau khổ, thì lúc đó bạn sẽ khám phá cho chính mình là tâm không hề đau khổ. Ngay lúc tâm tiếp xúc trọn vẹn với thực tế đau khổ thì tự thân thực tế hóa giải tất cả những đặc tính gây ra đau khổ của thời gian và ý nghĩ. Do đó đau khổ chấm dứt.

Bây giờ, làm sao chúng ta hiểu được điều mà chúng ta vô cùng sợ hãi gọi là cái chết? Con người đã tạo ra đủ mọi phương cách quanh quẩn để đối phó với cái chết - bằng cách tôn thờ nó, phủ nhận nó, bám víu vào vô số đức tin, và vân vân. Nhưng để hiểu cái chết, chắc chắn bạn phải đến với nó bằng một sự tiếp cận hoàn toàn mới, vì bạn thực sự không biết gì về cái chết, có phải thế không? Có thể bạn đã thấy người khác chết, và bạn đã từng quan sát trong chính mình hay người khác sự xuất hiện của tuổi già cùng với sự tàn tạ của nó. Bạn biết có sự kết thúc của cuộc sống vật lý bằng tuổi già, bằng tai nạn, bằng bệnh tật, bằng hành vi sát nhân hay tự sát, nhưng bạn không biết rõ cái chết như bạn biết chuyện làm tình, cái đói, sự độc ác và thói tàn bạo. Bạn không thực sự biết cái chết là gì, và chỉ nào khi bạn biết thì cái chết mới có ý nghĩa. Những gì bạn sợ hãi chỉ là một ý niệm trừu tượng, một cái gì mà bạn không biết. Vì không biết trọn vẹn về cái chết hay những gì nó bao hàm, nên tâm sợ hãi cái chết - sợ ý tưởng về cái chết, chứ không phải thực tế cái chết, tức là điều mà tâm không biết.

Hãy cùng theo tôi đi vào vấn đề này thêm chút nữa. Nếu bạn chết ngay lập tức thì sẽ không có thời gian để nghĩ về cái chết và sợ chết. Nhưng giữa hiện tại và thời điểm mà cái chết xuất hiện có một khoảng cách, và trong suốt khoảng cách này bạn có quá nhiều thời gian để lo âu, để lý giải. Bạn muốn đem sang kiếp sau - nếu có kiếp sau - tất cả những lo âu, ước muốn, và mớ kiến thức mà bạn đã gom góp, cho nên bạn vẽ ra đủ mọi lý thuyết, hay tin vào một hình thức bất tử nào đó. Đối với bạn, chết là một cái gì đó tách biệt với cuộc sống. Cái chết ở đằng kia, còn bạn ở đây, bận rộn với cuộc sống - lái xe, làm tình, đói khát, lo âu, đi làm, tích lũy kiến thức, và đủ mọi chuyện. Bạn không muốn chết vì bạn chưa viết xong cuốn sách, hay chưa biết làm thế nào để chơi vĩ cầm một cách điêu luyện. Như thế bạn tách cái chết ra khỏi cuộc sống, và bạn nói: "Trước mắt ta sẽ hiểu cuộc sống, rồi sau đó ta sẽ hiểu cái chết." Nhưng sống và chết *không* tách rời nhau - và đây là điều phải được hiểu trước tiên. Sống và chết là một, cả hai liên hệ với nhau một cách mật thiết, và bạn không thể cô lập cái này với cái kia và tìm cách hiểu riêng từng cái. Nhưng hầu hết chúng ta làm như thế. Chúng ta phân chia cuộc sống thành những ngăn hộc bưng bít cách biệt nhau. Nếu là một nhà kinh tế thì kinh tế học là tất cả những gì bạn quan tâm, và bạn không biết gì về những cái khác. Nếu là một bác sĩ chuyên khoa về mũi họng, hay tim thì bạn sống trong phạm vi hạn hẹp đó của kiến thức suốt bốn mươi năm, và đó là thiên đường của bạn khi chết.

Đối phó với cuộc sống một cách riêng lẻ, rời rạc là sống thường xuyên trong điên đảo, mâu thuẫn, và khốn khổ. Bạn phải thấy được tổng thể cuộc sống và bạn chỉ có thể thấy được như thế khi có cảm xúc, khi có tình yêu. Tình yêu là cuộc cách mạng duy nhất đem lại ổn định. Tích lũy thật nhiều kiến thức về toán học, y học, lịch sử, kinh tế rồi sau đó chắp ghép các mảnh rời rạc đó với nhau thì chẳng ích lợi chi; làm như thế chẳng giải quyết được gì. Không có tình yêu, cách mạng chỉ đưa đến sự tôn thờ nhà nước, sùng bái một hình ảnh, hay vô số những thối nát của bạo quyền chuyên chế, và sự hủy diệt con người. Tương tự như thế, khi tâm vì sợ hãi đặt cái chết ở đằng xa và phân cách nó với cuộc sống thường nhật; sự phân cách này chỉ tạo thêm sợ hãi, lo âu, và đẻ thêm lý thuyết về cái chết. Để hiểu cái chết, bạn phải hiểu cuộc sống. Mà cuộc sống thì không phải là sự tiếp tục của ý nghĩ; chính sự tiếp tục này đã đẻ ra mọi nỗi khốn khổ của chúng ta.

Liệu tâm có thể đem cái chết từ xa xăm đến hiện tiền? Bạn theo kịp chứ? Thực ra, cái chết không ở một nơi nào đó xa xăm; nó ở ngay đây và bây giờ. Nó ở ngay đây khi bạn đang trò chuyện, khi bạn cảm thấy thích thú, khi bạn đang lắng nghe, khi bạn đang đi đến sở làm. Cũng giống như tình yêu, cái chết hiện tiền trong từng giây phút của cuộc sống. Một khi trực nhận thực tế này thì bạn không còn sợ chết. Người ta không sợ cái không biết mà sợ mất đi cái mình biết. Bạn sợ mất đi gia đình, sợ bị bỏ rơi một mình, không bầu bạn; bạn sợ hãi nỗi đau đớn của sự cô đơn, sợ hiện hữu mà không kinh nghiệm, sợ mất đi những sở hữu mà lâu nay bạn gom góp. Chính cái biết là cái chúng ta sợ buông bỏ. Cái biết là ký ức, và chính ký ức là chỗ bám víu của tâm. Nhưng ký ức chỉ là một cái gì máy móc - cái mà *computers* thao tác một cách ngoạn mục.

Để hiểu vẻ đẹp và bản chất dị thường của cái chết thì phải hoàn toàn thoát ra khỏi những gì đã biết. Chết đi cái biết là khởi đầu của sự hiểu cái chết, vì lúc đó tâm trở nên tươi mới và vô úy. Như thế người ta mới có thể xâm nhập vào trạng thái gọi là cái chết. Như vậy từ khởi đầu cho đến chấm dứt, sống và chết chỉ là một. Người có trí tuệ thì hiểu được thời gian, ý nghĩ, và đau khổ, và chỉ người này mới hiểu được cái chết. Cái tâm chết đi trong từng giây phút, cái tâm không bao giờ tích lũy, không bao giờ góp góp kinh nghiệm là cái tâm hồn nhiên, và do đó ở trong trạng thái thường hằng của tình yêu.

ဆင္ဆ

Ojai, ngày 7 tháng 6 năm 1932

Người hỏi: Ông có nói rằng cái chết, tình yêu, và sự sinh ra thực chất chỉ là một. Làm sao ông có thể cho rằng không có gì khác biệt giữa sự bàng hoàng và đau khổ của cái chết với sự vui sướng của tình yêu?

Krishnamurti: Theo bạn chết nghĩa là gì? Mất đi xác thân, mất đi ký ức, và bạn hy vọng, bạn nghĩ và bạn tin rằng có một sự tiếp tục sau đó. Một cái gì biến mất khỏi nơi này - bạn gọi đó là cái chết. Theo tôi, cái chết do sự tiếp tục của ký ức đưa đến, và ký ức không gì khác hơn là kết quả của ham muốn, tham lam, và mong cầu. Như vậy, đối với một người không còn ham muốn thì không có cái chết, không có sự khởi đầu hay kết thúc, và cũng không có con đường của tình yêu, hay con đường của tâm thức, con đường của đau khổ. Xin hiểu cho, tôi đang tìm cách giải thích rằng khi theo đuổi cái đối nghịch chúng ta tạo ra một sự đối kháng. Vì sợ hãi, tôi tìm kiếm can đảm, nhưng sợ hãi vẫn theo đuổi tôi vì tôi chạy trốn hết sợ hãi này đến sợ hãi khác. Nhưng nếu tự giải thoát khỏi sợ hãi thì tôi không biết can đảm hay sợ hãi là gì. Theo tôi làm như thế là trở nên tỉnh thức, quan sát, không tìm cách bám víu vào can đảm và hoàn toàn không còn nguyên do trong hành động. Điều này có nghĩa là nếu sợ hãi thì bạn đừng tạo nên một nguyên do cho hành động can đảm, mà phải tự thoát ra khỏi sợ hãi. Đó là hành động mà không vì một nguyên do. Nếu thực sự hiểu như thế, bạn sẽ thấy thời gian, cái chết - như một cái gì thuộc tương lai - chấm dứt. Chết không gì khác hơn là sự tỉnh thức về nỗi cô đơn mãnh liệt, và vì bị cô đơn vây hãm chúng ta vội vàng tìm kiếm cái đối nghịch, chúng ta muốn sự hợp nhất, hoặc tìm xem cái gì hiện hữu ở phía bên kia; những việc làm này theo tôi chỉ theo đuổi những cái đối nghịch, và do đó lưu giữ cô đơn mãi mãi. Trái lại khi đối diện với cô đơn, hãy vui chơi với cô đơn một cách thỏa thích, biết rõ cô đơn trong sự tỉnh thức thì bạn loại bỏ được cô đơn ngay trong hiện tại. Do đó không có cái chết.

Mọi vật đều hư hoại. Xác thân, phẩm hạnh, đề kháng, chướng ngại; tất cả sẽ hư hoại, phải hư hoại, nhưng người nào tự do trong ý nghĩ, trong cảm xúc, không còn đề kháng, không còn chướng ngại thì người đó sẽ biết sự bất tử - không phải là sự tiếp tục của cái hữu hạn, của cá tính, tính cách cá nhân của chính mình, tức là những tầng lớp chồng chất của lòng ham muốn, tham lam, và mong cầu. Bạn có thể không đồng ý, nhưng khi bạn không còn bị ràng buộc bởi ý nghĩ, khi bạn xuyên thủng được ý thức về chính mình bằng sự quan sát, bằng ngọn lửa của sự mãnh liệt, thì lúc đó là bất tử, tức là sự hài hòa tuyệt đối - sự hài hòa tuyệt đối ấy không phải "con đường của tình yêu" hay "con đường của đau khổ," mà trong sự hài hòa tuyệt đối đó mọi khác biệt không còn.

૪૭૪

Bombay, ngày 14 tháng 3 năm 1948

Người hỏi: Thực tế cái chết nhìn trừng trừng vào mặt mọi người, nhưng sự bí ẩn của nó chưa bao giờ được giải thích. Liệu điều này luôn luôn phải là như thế?

Krishnamurti: Tại sao lại có sự sợ chết? Khi người ta bám víu vào sự tiếp tục thì có sự sợ chết. Hành động chưa hoàn tất đưa đến sự sợ chết. Khi nào còn mong cầu sự tiếp tục của cá tính, của hành động, của khả năng, của tên tuổi, và vân vân thì con người còn sợ chết. Hễ khi nào có hành động tìm cầu kết quả thì chắc chắn phải có người tư duy tìm kiếm sự tiếp tục. Lo sợ khởi sinh khi sự tiếp tục này bị cái chết đe dọa. Như thế, bao giờ còn có lòng khao khát sự tiếp tục thì còn có sự sợ chết.

Cái gì tiếp tục thì hủy hoại. Bất cứ hình tướng nào của sự tiếp tục, dù cao cả đến đâu, đều là một tiến trình hủy hoại. Trong sự tiếp tục không bao giờ có sự tân tạo, và chỉ trong sự tân tạo mới không còn nỗi sợ chết. Nếu thấy được sự thật của điều này thì chúng ta thấy được sự thật trong cái hư giả. Lúc đó là thoát khỏi cái hư giả. Lúc đó không còn sự sợ chết. Như thế, sống, kinh nghiệm là thuộc về hiện tại chứ không phải một phương tiện của sự tiếp tục.

Liệu có thể nào chúng ta sống với sự tân tạo từ lúc này sang lúc khác? Sự tân tạo chỉ có trong sự chấm dứt chứ không có trong sự tiếp tục. Sự tân tạo ở giữa sự kết thúc của vấn đề này và sự khởi đầu của vấn đề khác.

Chết - trạng thái vô tiếp tục, trạng thái của tái sinh - là cái bất khả tri. Chết là cái bất khả tri. Tâm - kết quả của sự tiếp tục - không thể nào biết được cái bất khả tri. Nó chỉ biết cái khả tri. Tâm chỉ có thể hành hoạt và hiện hữu trong cái khả tri, nghĩa là sự tiếp tục. Như thế, cái biết sợ cái không thể biết. Cái biết không bao giờ có thể biết được cái không thể biết, và do đó chết luôn luôn là điều kỳ bí. Nếu có sự chấm dứt từ lúc này sang lúc khác, từ ngày này sang ngày khác thì trong sự chấm dứt này xuất hiện cái không thể biết.

Bất tử không phải là sự tiếp tục của cái "tôi." Cái tôi và cái của tôi thuộc về thời gian, kết quả của hành động đưa đến một sự chấm dứt. Như thế không có quan hệ nào giữa tôi và cái của tôi với cái bất tử, phi thời. Chúng ta muốn nghĩ rằng có một quan hệ nào đó, nhưng đó chỉ là ảo tưởng. Cái bất tử không thể nào đóng khung trong cái tử vong. Điều này có nghĩa là cái bất khả đo lường không thể nào bị giam hãm trong mạng lưới thời gian.

Khi nào có sự tìm kiếm thỏa mãn thì sự sợ chết khởi sinh. Thỏa mãn không bao giờ chấm dứt. Lòng tham ái luôn luôn tìm kiếm và thay đổi đối tượng của sự thỏa mãn, và do đó vướng mắc trong mạng lưới thời gian. Như thế, tìm kiếm sự thỏa mãn chính mình là một hình tướng khác của sự tiếp tục, cũng như tâm trạng thất vọng đi tìm cái chết như một phương tiện của sự tiếp tục. Chân lý thì không tiếp tục. Chân lý là một trạng thái của hiện hữu, và hiện hữu là hành vi phi thời. Người ta chỉ có thể chứng nghiệm sự hiện hữu này khi tham ái - nghĩa là nguồn gốc của sự tiếp tục - được hiểu một cách hoàn toàn và trọn vẹn. Ý nghĩ được dựng lập trên quá khứ, như thế ý nghĩ không thể nào biết được cái bất khả tri, cái bất khả đo lường. Tiến trình tư duy phải chấm dứt. Chỉ lúc đó cái bất khả tri mới xuất hiện.

ಬಃಞ

Varanasi – 17 tháng 1 năm 1954

Người hỏi: Tôi rất sợ chết. Chết là gì, và tôi phải làm thế nào để không còn sợ chết?

Krishnamurti: Đặt một câu hỏi thì rất dễ. Không có câu trả lời dứt khoát "có" hay "không" về cuộc đời. Nhưng tâm chúng ta đòi hỏi phải "có" hay "không" vì nó được huấn luyện để tư duy, chứ không phải làm thế nào để hiểu, làm thế nào để nhìn sự việc. Khi nói "Chết là gì, và làm thế nào để ta không sợ nó?" tức là chúng ta muốn công thức, muốn định nghĩa; chúng ta không bao giờ biết tư duy về vấn đề.

Liệu chúng ta có thể cùng nghĩ ra vấn đề. Chết là gì? Chấm dứt hiện hữu, đi đến một kết thúc, có phải thế không? Chúng ta biết có một sự kết thúc, chúng ta thấy điều này xảy ra quanh mình mỗi ngày. Nhưng tôi không muốn chết, cái "tôi" là một tiến trình: "Tôi đang tư duy, tôi đang kinh nghiệm kiến thức của tôi," những gì tôi đã gầy dựng được, những gì tôi đề kháng, cá tính, kinh nghiệm, kiến thức, tính chính xác, khả năng, và cái đẹp. Tôi không muốn tất cả những thứ đó chấm dứt. Tôi muốn tiếp tục;

tôi chưa hoàn tất; tôi không muốn đi đến một chấm dứt. Nhưng có một sự chấm dứt. Rõ ràng là mọi cơ thể sống và hoạt động đều phải đi đến một sự chấm dứt. Nhưng tâm tôi không chấp nhận điều đó. Vì vậy, tôi vẽ ra một tín điều, một sự tiếp tục; tôi muốn chấp nhận như thế vì tôi có những lý thuyết hoàn hảo, và sự điều kiện hóa hoàn hảo mà theo đó tôi sẽ tiếp tục, theo đó có sự luân hồi.

Chúng ta không tranh luận là liệu có hay không có sự tiếp tục, có hay không có sự tái sinh. Đó không phải là vấn đề. Vấn đề là dù có những sự tin tưởng như thế, bạn vẫn sợ. Vì xét cho cùng, chẳng có gì là chắc chắn, mà luôn luôn chỉ có sự bất định. Luôn luôn có sự khao khát này đằng sau một sự bảo đảm. Như thế tâm, biết có sự chấm dứt, bắt đầu lo sợ, muốn sống càng lâu càng tốt, tìm càng nhiều thuốc an thần càng tốt. Tâm còn tin vào một sự tiếp tục sau cái chết.

Tiếp tục là gì? Có phải tiếp tục hàm ý thời gian, không phải chỉ là loại thời gian niên đại tính theo đồng hồ, mà là loại thời gian như một diễn tiến tâm lý? Tôi muốn sống. Vì tôi nghĩ đó là một tiến trình tiếp tục mà không có sự chấm dứt, tâm tôi luôn luôn thu thập, gom góp cho chính nó với hy vọng về một sự tiếp tục. Như thế tâm suy nghĩ theo thời gian, và nếu có được sự tiếp tục trong thời gian thì tâm không còn lo sợ.

Bất tử là gì? Cái mà chúng ta gọi là bất tử chính là sự tiếp tục của cái "tôi" - cái "tôi" ở một bình diện cao hơn. Bạn hy vọng rằng cái tôi sẽ tiếp tục. Nhưng cái tôi vẫn ở trong phạm trù của ý nghĩ, có phải thế không? Bạn vừa nghĩ về nó. Cái tôi, dù bạn cho là cao cả đến đâu vẫn chỉ là sản phẩm của ý nghĩ, và có nghĩa là bị điều kiện hóa, được tạo thành bởi thời gian. Xin chớ theo suông tính hợp lý của những điều tôi nói mà phải thấy được tất cả ý nghĩa quan trọng của nó. Thật vậy, sự bất tử không thuộc về thời gian và do đó không thuộc về tâm, nó không phải là bất cứ gì được sinh ra từ những mong muốn của tôi, đòi hỏi của tôi, sợ hãi của tôi, và thôi thúc của tôi.

Chúng ta thấy rõ cuộc sống có một sự chấm dứt, một sự chấm dứt đột ngột. Cái đã sống ngày hôm qua có thể không sống ngày hôm nay, và cái sống ngày hôm nay có thể không sống vào ngày mai. Chắc chắn cuộc sống có một sự chấm dứt. Đây là một thực tế, nhưng chúng ta không chịu nhìn nhận điều đó. Bạn khác với ngày hôm qua. Biết bao nhiêu thứ, biết bao nhiêu tiếp xúc, phản ứng, cưỡng bách, đề kháng, ảnh hưởng đã thay đổi cái "*đang là*" của ngày hôm qua, hoặc đã kết liễu nó. Một người thực sự sáng tạo phải có sự chấm dứt, và người ấy chấp nhận nó. Nhưng chúng ta thì không, vì tâm chúng ta quá quen thuộc với tiến trình huân tập. Chúng ta nói, "Ta biết được điều này hôm nay," "Ta biết được điều kia hôm qua." Chúng ta chỉ suy nghĩ theo thời gian, theo sự tiếp tục. Nếu chúng ta không suy nghĩ theo sự tiếp tục thì sẽ có sự chấm dứt, sự chết đi, và chúng ta sẽ thấy mọi vật một cách rõ ràng, trực tiếp và đơn giản như chúng thực sự là.

Chúng ta không chấp nhận thực tế của sự chấm dứt vì tâm chúng ta tìm kiếm an toàn trong sự tiếp tục, trong gia đình, trong tài sản, trong nghề nghiệp, trong mọi công việc chúng ta làm. Do đó chúng ta lo sợ. Chỉ có cái tâm không còn theo đuổi sự an toàn, không còn mong muốn sự tiếp tục, không còn vướng mắc trong tiến trình tiếp tục thì mới biết bất tử là gì. Còn cái tâm tìm kiếm sự bất tử cá nhân, cái tôi mong muốn sự tiếp tục thì chẳng bao giờ biết được bất tử là gì; một cái tâm như thế không bao giờ biết được ý nghĩa quan trọng của sợ hãi và cái chết, và đi xa hơn.

৪৩৪৩

Với các sinh viên tại Rajghat - Ngày 22 tháng 1 năm 1954

Người hỏi: Tại sao chúng ta sợ chết?

Krishnamurti: Bạn vừa đặt câu hỏi: "Tại sao chúng ta sợ chết?" Thế bạn có biết chết là gì không? Bạn nhìn thấy chiếc lá xanh, nó đã sống hết mùa hè, đã nhảy múa trong gió, đã hấp thụ ánh sáng mặt trời, đã được những cơn mưa tắm rửa sạch sẽ, và khi đông đến chiếc lá héo tàn rồi chết. Con chim đang bay kia cũng là một sinh vật đẹp, cả nó nữa, cũng già và chết. Bạn nhìn thấy những xác người được khiêng ra sông và hỏa thiêu. Như thế, bạn biết chết là gì. Tại sao bạn lại sợ nó? Bởi vì bạn sống như chiếc lá kia, như con chim kia, rồi một cơn bạo bệnh hay một điều gì đó xảy đến cho bạn, và bạn chấm dứt. Thế là bạn bảo, "Ta muốn sống, muốn hưởng thụ, ta muốn cái gọi là sự sống này tiếp tục trong ta." Như thế sợ chết có nghĩa là sợ đi đến một sự chấm dứt, có phải thế không? Chơi *criket*, thưởng thức ánh nắng, ngắm giòng sông lần nữa, mặc lại quần áo cũ, đọc sách, thường xuyên gặp gỡ bạn bè - tất cả những thứ đó đi đến chỗ chấm dứt. Thế là bạn sợ chết.

31

Vì sợ chết, vì biết rằng chết là điều bất khả tránh, chúng ta nghĩ cách vượt qua cái chết, chúng ta đẻ ra đủ loại lý thuyết khác nhau. Nhưng nếu chúng ta biết cách chấm dứt thì sẽ không còn sợ hãi, nếu chúng ta biết cách chết mỗi ngày thì sẽ không còn sợ hãi. Bạn hiểu điều này chứ? Nó có vẻ hơi khác thường. Chúng ta không biết cách chết vì chúng ta luôn luôn gom góp, gom góp và gom góp. Chúng ta luôn luôn suy nghĩ về ngày mai: "Ta hiện là thế này, và ta sẽ là thế kia." Chúng ta không bao giờ sống trọn vẹn một ngày, chúng ta không sống như thể chỉ còn một ngày cuối cùng để sống. Bạn hiểu tôi đang nói gì chứ? Chúng ta luôn luôn sống với tương lai hay với quá khứ. Nếu có người bảo rằng bạn sẽ chết vào lúc cuối ngày thì bạn sẽ làm gì? Liệu bạn sẽ sống một cách phong phú cho ngày hôm đó? Chúng ta không sống trọn vẹn một ngày một cách phong phú. Chúng ta không quý trọng một ngày mà luôn luôn suy nghĩ về những gì sẽ xảy ra ngày mai, về trận *cricket* sẽ chung kết vào ngày mai, về kỳ thi phải hoàn tất trong sáu tháng tới, về cách thưởng thức món ăn, về loại quần áo sắp mua sắm, vân vân; lúc nào cũng là ngày mai hoặc hôm qua. Và như thế chúng ta chẳng bao giờ sống, chúng ta luôn luôn chết theo một ý nghĩa sai lầm.

Nếu chúng ta sống một ngày và chấm dứt với ngày hôm đó, rồi bắt đầu lại một ngày như là một ngày tươi mới thì lúc đó sẽ không còn sự sợ chết. Mỗi ngày, chúng ta hãy chết đi tất cả những gì đã thụ đắc, chết đi tất cả kiến thức, chết đi tất cả ký ức, chết đi tất cả những tranh giành, và đừng đem chúng sang ngày hôm sau - cái đẹp ở trong đó; dù phải có sự kết thúc nhưng vẫn có sự tân tạo.

Trích từ Những Nhận Xét về Cuộc Sống - Ấn bản thứ hai

Nỗi Sợ Chết

Trên nền đất đỏ phía trước ngôi nhà đầy một loại hoa trông giống như những cây kèn đồng *trumpet* với nhụy vàng. Những bông hoa có cánh lớn màu tím và hương thơm thanh nhã. Vào ban ngày người ta sẽ quét chúng đi, nhưng trong bóng tối của màn đêm chúng phủ đầy mặt đất đỏ. Thân dây leo rất mạnh, đầy những lá hình răng cưa lấp lánh trong ánh nắng mai. Mấy đứa trẻ vô ý xéo lên những bông hoa, và một người đàn ông vội vã lên xe nên không thấy chúng. Một người qua đường nhặt một bông hoa, đưa lên ngửi, cầm theo rồi sau đó vất đi. Một người đàn bà, chắc là người giúp việc, ra khỏi nhà nhặt một bông hoa cài lên tóc. Những bông hoa đẹp làm sao, và chúng cũng tàn phai thật nhanh chóng dưới ánh mặt trời!

"Tôi luôn luôn bị ám ảnh bởi một nỗi lo sợ. Thuở bé tôi rất rụt rè, nhút nhát, và rất dễ bị xúc động, còn bây giờ thì tôi sợ tuổi già và cái chết. Tôi biết tất cả chúng ta đều phải chết, nhưng không có một lý giải nào có thể trấn an sự sợ hãi này. Tôi từng gia nhập Hội Nghiên cứu Tâm linh, tham dự một vài buổi cầu cơ, và đọc những gì mà các đại sư nói về cái chết, nhưng nỗi sợ chết vẫn còn đó. Thậm chí tôi cũng đã thử qua những cuộc phân tích tâm lý, nhưng cũng chẳng khá gì hơn. Nỗi sợ chết đã trở thành một vấn nạn đối với tôi; tôi thức giấc giữa đêm khuya với những cơn mơ hãi hùng, và tất cả những giấc mơ đó không cách này thì cũng cách khác đều liên quan đến cái chết. Tôi sợ bạo lực và cái chết một cách lạ thường. Cuộc chiến vừa qua thường xuyên là cơn ác mộng đối với tôi, và bây giờ tôi vô cùng bối rối. Tình trạng này không phải là một sự rối loạn thần kinh, nhưng theo tôi thấy thì có lẽ nó sẽ trở thành như thế. Tôi đã làm đủ mọi cách để kiềm chế sự sợ hãi này; tôi đã tìm cách chạy trốn nó, nhưng ở cuối đường trốn chạy tôi vẫn không tài nào xua đuổi nỗi sợ chết. Tôi cũng có đi nghe một vài buổi thuyết giảng ngớ ngẩn về luân hồi, và cũng có nghiên cứu qua một số kinh điển của Ấn giáo và Phật giáo về luân hồi. Nhưng tất cả vẫn không lấy gì làm thỏa mãn, ít ra là đối với tôi. Tôi không những sợ chết ở ngoài bề mặt mà còn có cả một nỗi lo sợ sâu kín về nó."

Ông tiếp cận tương lai, ngày mai, và cái chết như thế nào? Ông tìm kiếm sự thật của vấn đề, hay tìm kiếm một sự cam đoan, một sự xác nhận có tính thỏa mãn về một sự tiếp tục hay một sự tận diệt? Ông muốn biết sự thật hay mong đợi một câu trả lời có tính cách trấn an?

"Khi ông đặt vấn đề theo cách đó, tôi thực sự không biết tôi sợ cái gì, nhưng nỗi lo sợ vẫn còn đó và thật cấp bách."

Cái gì là nan đề của ông? Ông muốn thoát ra khỏi sự sợ hãi hay đi tìm sự thật về cái chết?

"Theo ông sự thật về cái chết là gì?"

Chết là một thực tế không thể né tránh; dù ông có làm bất cứ gì đi nữa thì cái chết vẫn không thể đảo ngược, chết là chung quyết và có thật. Nhưng ông có muốn biết sự thật về những gì bên kia cái chết?

"Bất cứ gì mà tôi đã nghiên cứu qua, kể cả một số những lần hiện hồn mà tôi chứng kiến ở các buổi cầu cơ thì rõ ràng là có một sự tiếp tục nào đó sau khi chết. Ý nghĩ, dưới một hình thức nào đó, vẫn tiếp tục như ông đã từng khẳng định như thế. Cũng giống như sự truyền thanh và truyền hình các bài hát, lời nói và hình ảnh cần có một dụng cụ thu nhận ở đầu đằng kia, như vậy ý nghĩ tiếp tục sau khi chết cũng cần một phương tiện để thể hiện nó. Phương tiện có thể là con đồng, người cầu cơ, hoặc ý nghĩ hiện thân dưới một hình thức khác. Đây là điều khá rõ và có thể thực nghiệm và hiểu được; dù tôi từng tìm hiểu vấn đề này khá sâu xa nhưng vẫn có một nỗi sợ hãi khôn dò mà tôi nghĩ chắc chắn là có liên hệ với cái chết."

Chết là bất khả tránh. Sự tiếp tục có thể chấm dứt, hoặc có thể được dung dưỡng và duy trì. Cái gì có sự tiếp tục thì không bao giờ có thể tân tạo chính nó. Nó không bao giờ có thể là cái mới, nó không bao giờ hiểu được cái bất khả tri. Sự tiếp tục là một khoảng thời gian, và cái gì kéo dài mãi thì không phải là cái vô thời. Cái vô thời thì không trải qua thời gian, hay giai đoạn. Phải có sự chấm dứt để cái mới xuất hiện. Cái mới không có trong sự tiếp tục của ý nghĩ. Ý nghĩ là một sự chuyển dịch liên tục trong thời gian, sự chuyển dịch này không thể hàm chứa trong chính nó một trạng thái hiện hữu không thuộc thời gian. Ý nghĩ được dựng lập trên quá khứ; chính sự hiện hữu của ý nghĩ thuộc về thời gian. Thời gian không những có tính niên đại mà thời gian còn là ý nghĩ, như một sự chuyển dịch của quá khứ qua hiện tại đến tương lai; nó là sự chuyển dịch của ký ức, của ngôn từ, hình ảnh, của biểu tượng, ghi nhận, và sự lập lại. Ý nghĩ, ký ức được tiếp tục qua ngôn từ và sự lập lại. Sự chấm dứt của ý nghĩ là sự bắt đầu của cái mới; sự chết đi của ý nghĩ là sự sống vĩnh hằng. Phải thường xuyên có sự chấm dứt để cái mới xuất hiện. Cái gì mới thì không tiếp tục, cái mới không bao giờ ở trong phạm trù thời gian. Cái mới chỉ có trong sự chết đi từ lúc này sang lúc khác. Phải có sự chết đi mỗi ngày để cho cái bất khả tri xuất hiện. Sự chấm dứt chính là sự khởi đầu, nhưng sợ hãi ngăn trở sự chấm dứt.

"Tôi biết mình sợ hãi, và tôi không biết bên kia sự sợ hãi là gì."

Theo ông thế nào là sợ hãi? Sợ hãi là gì? Sợ hãi không phải là một khái niệm trừu tượng, nó không hiện hữu một cách độc lập, hay biệt lập. Sợ hãi chỉ xuất hiện khi có sự liên hệ với một cái gì đó. Trong tiến trình quan hệ sợ hãi thể hiện tự thân; không có sợ hãi nào tách biệt khỏi quan hệ. Vậy cái gì là cái mà ông sợ? Ông nói ông sợ chết. Theo ông chết là gì? Mặc cho những lý thuyết, những phỏng đoán, cùng với một số sự kiện có thể quan sát được, chết vẫn là một cái gì đó bất khả tri. Dù có biết bất cứ gì về cái chết thì chúng ta vẫn không thể đưa tự thân cái chết vào phạm trù tri kiến; chúng ta đưa tay ra để nắm lấy nó, nhưng đó không phải cái chết. Liên tưởng là tri kiến, và cái bất khả tri không thể biến thành cái quen thuộc; thói quen không thể nắm bắt nó, thế là sợ hãi khởi sinh.

Liệu tri kiến, tâm, có bao giờ hiểu được hay dung chứa cái bất khả tri? Bàn tay đưa ra chỉ có thể nhận được cái khả tri, nó không thể nắm bắt cái bất khả tri. Mong muốn kinh nghiệm là tạo sự tiếp tục cho ý nghĩ; mong muốn kinh nghiệm là gia lực cho quá khứ; mong muốn kinh nghiệm là củng cố tri kiến. Ông muốn kinh nghiệm cái chết, có phải thế không? Dù đang sống nhưng ông vẫn muốn biết chết là thế nào. Thế ông có biết sống là gì không? Cuộc sống theo ông biết chỉ là những xung đột, điên đảo, đối kháng, với niềm vui thoáng qua và sự đau đớn. Nhưng liệu đó có phải là cuộc sống không? Có phải cuộc sống chỉ là những tranh giành và đau khổ? Trong trạng thái gọi là sống này chúng ta muốn kinh nghiệm một cái gì đó không thuộc phạm trù ý thức của chúng ta. Nỗi đau đớn này, sự tranh giành này, cùng với lòng thù hận tiềm ẩn trong niềm vui là cái mà chúng ta gọi là sống; và chúng ta muốn kinh nghiệm một cái gì đó đối nghịch với cái mà chúng ta gọi là sống. Cái đối nghịch chỉ là sự tiếp tục của cái đang là, có thể là đã được biến cải. Chết thì không phải là cái đối nghịch. Chết là cái bất khả tri. Cái khả tri khao khát kinh nghiệm cái chết, có nghĩa là cái bất khả tri; nhưng dù có làm gì đi nữa, cái khả tri vẫn không thể nào kinh nghiệm được cái chết. Vì thế nó sợ hãi, có phải thế không?

"Ông phân tích thật rõ ràng. Nếu tôi có thể biết được cái chết là gì hay kinh nghiệm cái chết khi còn đang sống thì chắc hẳn là nỗi sợ chết không còn."

Vì ông không thể kinh nghiệm cái chết, nên ông sợ nó. Liệu ý thức có thể kinh nghiệm cái trạng thái không thể đưa vào hiện hữu qua con đường ý thức? Cái được kinh nghiệm chỉ là phóng ảnh của ý thức, có nghĩa là tri kiến. Tri kiến chỉ có thể kinh nghiệm cái đã biết; kinh nghiệm bao giờ cũng ở trong phạm trù tri kiến; tri kiến không thể kinh nghiệm những gì bên ngoài phạm trù của nó. Trạng thái đang trải qua thì hoàn toàn khác với kinh nghiệm. Trạng thái đang trải qua không thuộc về phạm trù của người kinh nghiệm. Nhưng khi trạng thái đang trải qua mờ nhạt dần thì người kinh nghiệm và kinh nghiệm xuất hiện, lúc đó trạng thái đang trải qua được đưa vào phạm trù tri kiến. Người biết, người kinh nghiệm khao khát trạng thái đang trải qua cái bất khả tri; và vì người kinh nghiệm, người biết không thể xâm nhập trạng thái đang trải qua, nên hắn sợ hãi. Hắn *là* sự sợ hãi; hắn không thể tách rời sự sợ hãi. Người kinh nghiệm sự sợ hãi không phải là người quan sát sự sợ hãi; hắn chính *là* sự sợ hãi, hắn chính là công cụ của sự sợ hãi.

"Thế theo ông sợ hãi là gì? Tôi biết tôi sợ chết. Tôi không cảm thấy tôi chính là sự sợ hãi, nhưng tôi sợ một cái gì đó. Tôi sợ và tôi tách biệt khỏi sự sợ hãi. Sợ hãi là một cảm giác khác biệt với "Tôi" người đang thấy nó, và phân tích nó. Tôi là người quan sát, và sợ hãi là cái bị quan sát. Làm sao người quan sát và cái bị quan sát có thể là một?"

Ông nói rằng ông là người quan sát và sự sợ hãi là cái bị quan sát. Có thật thế không? Có thể nào ông là một thực thể tách rời với những tính cách của ông? Thế không phải ông đồng với những tính cách của ông hay sao? Thế không phải ông là ý nghĩ, cảm thọ của ông hay sao? Ông không hề tách biệt với tính cách và ý nghĩ của ông. Ông chính *là* ý nghĩ của ông. Chính ý nghĩ đã tạo ra "ông," cái thực thể riêng biệt một cách giả định; nếu không có ý nghĩ thì không có người tư duy. Thấy được tính vô thường của tự thân, ý nghĩ tạo ra người tư duy như một thực thể thường hằng, bền chắc; và người tư duy lúc đó trở thành người kinh nghiệm, người phân tích, người quan sát tách biệt với cái vô thường. Tất cả chúng ta đều khao khát một sự thường hằng nào đó, và thấy được sự vô thường về chúng ta, ý nghĩ tạo ra người tư duy, kẻ được xem là thường hằng. Sau đó người tư duy tiến hành dựng lập những trạng thái khác và cao hơn của sự thường hằng: linh hồn, tiểu ngã, siêu ngã, và vân vân. Ý nghĩ chính là nền tảng của toàn thể cái cơ cấu này. Nhưng đó lại là chuyện khác. Chúng ta đang nói về sự sợ hãi. Sợ hãi là gì? Thử xem sợ hãi là gì.

Ông nói rằng ông sợ chết. Vì không thể kinh nghiệm cái chết nên ông sợ nó. Chết là cái không thể biết, và ông sợ cái không thể biết. Có phải thế không? Liệu ông có thể sợ cái mà ông không biết? Nếu một cái gì đó không thể biết được thì làm sao người ta lại có thể sợ nó? Thật ra ông không sợ cái không thể biết - tức là cái chết - mà ông sợ mất đi cái biết, vì điều này gây đau đớn, hay tước đi mất lạc thú của ông, sự thỏa mãn của ông. Chính cái biết - chứ không phải cái không thể biết - đẻ ra sự sợ hãi. Làm sao cái không thể biết lại có thể gây ra sợ hãi? Không thể đo lường được bằng khoái lạc và đau khổ: đó là cái không thể biết.

Sợ hãi tự nó không tồn tại, sợ hãi chỉ khởi sinh trong quan hệ với một cái gì đó. Thật ra ông sợ cái biết trong quan hệ của nó với cái chết, có phải thế không? Vì ông bám lấy cái biết, bám lấy kinh nghiệm nên ông sợ bất cứ cái gì mà tương lai có thể là. Nhưng cái "có thể là," tương lai, đơn thuần chỉ là một phản ứng, một phỏng đoán, một đối nghịch của cái "đang là." Vấn đề là như thế, có phải thế không?

˙ "Vâng, có vẻ đúng như thế."

Thế ông có biết cái "đang là" không? Ông có hiểu nó không? Có bao giờ ông mở cái tủ tri kiến ra và nhìn vào bên trong không? Thế không phải ông cũng sợ hãi những gì mà ông có thể tìm ra trong đó hay sao? Có bao giờ ông tìm hiểu tri kiến của ông, tìm hiểu những gì mà ông sở đắc?

"Chưa, chưa bao giờ. Tôi vẫn xem tri kiến là cái tất nhiên. Tôi chấp nhận quá khứ như người ta chấp nhận chuyện nắng mưa. Tôi chưa bao giờ tư duy về nó; người ta hầu như không biết đến nó, cũng như không biết đến cái bóng của chính mình. Như ông vừa nói, tôi cho rằng tôi cũng sợ tìm ra những gì trong đó."

Không phải hầu hết chúng ta rất sợ nhìn vào chính mình? Có thể chúng ta phát hiện những điều không thích thú chút nào nên không muốn nhìn. Chúng ta không muốn biết cái "đang là." Không những chúng ta sợ hãi những gì có thể xảy ra trong tương lai mà còn ngay cả trong hiện tại. Chúng ta sợ biết mình như chính mình đang là, và chính sự tránh né cái "đang là" làm cho chúng ta sợ hãi những gì có thể xảy ra. Chúng ta tiếp cận cái được gọi là tri kiến bằng sự sợ hãi, và với cả cái không thể biết, tức là cái chết, cũng bằng sự sợ hãi. Sự tránh né cái "đang là" chính là lòng mong cầu sự vừa ý. Chúng ta tìm kiếm sự an toàn, và thường xuyên đòi hỏi đừng có sự xáo trộn xảy ra; chính ước muốn không bị xáo trộn này làm chúng ta tránh né cái "đang là" và lo sợ những gì có thể xảy ra. Lo sợ có nghĩa là không biết cái "đang là," và cuộc sống của chúng ta trải qua một trạng thái thường xuyên lo sợ.

"Nhưng làm sao một người có thể chấm dứt được sự sợ hãi này?"

Muốn chấm dứt một cái gì đó thì ông phải hiểu rõ nó. Liệu có sợ hãi hay chỉ có ước muốn không thấy sự sợ hãi? Chính ước muốn không thấy sự sợ hãi đưa đến sợ hãi, và khi ông không muốn hiểu tất cả ý nghĩa quan trọng của cái "đang là" thì sợ hãi hành động như một sự ngăn trở. Ông có thể sống một cuộc sống vừa ý bằng cách cố tình tránh né tất cả những tìm hiểu về cái "đang là"; nhiều người làm như thế, và cũng như những người muốn giải trí bằng cách tìm hiểu qua loa về cái "đang là" họ không hề có hạnh phúc. Chỉ những ai thực tâm tìm hiểu mới biết thế nào là hạnh phúc, chỉ những người như thế mới không còn lo sợ.

"Vậy làm sao một người hiểu được cái "đang là"?"

Cái "đang là" chỉ có thể thấy được trong tấm gương của sự quan hệ, quan hệ với tất cả. Cái "đang là" không thể được hiểu trong sự co rút, cô lập; cái "đang là" không thể được hiểu khi còn có người diễn giải làm công việc từ chối hay chấp nhận. Cái "đang là" chỉ có thể được hiểu khi tâm hoàn toàn không còn phản ứng, không còn mổ xẻ cái "đang là".

"Thế có phải biết mà không phản ứng thì vô cùng khó khăn?"

Đúng thế, bao giờ còn có ý nghĩ.

ಬಂ

Seattle, ngày 3 tháng 8 năm 1950

Người hỏi: Chết là gì mà tại sao người ta phải sợ nó?

Krishnamurti: Các bạn có biết chết là gì không? Các bạn không sợ nó?

Người hỏi: Có.

Người hỏi: Không.

Krishnamurti: Bạn không sợ đi đến một sự chấm dứt? Vậy chắc chắn là bạn phải rất chán đời! Chết là gì nếu không phải là đi đến một sự chấm dứt? Bạn không sợ xa lìa tất cả ký ức, kinh nghiệm, và những người thân yêu, tất cả những gì là bạn?

Người hỏi: Chúng tôi không biết cái chết là gì, nhưng chúng tôi biết cái chết của người khác.

Krishnamurti: Rõ ràng chết là một cái gì đó mà chúng ta không biết, chúng ta chỉ có thể kinh nghiệm nó một cách gián tiếp. Chết là đi đến một chấm dứt, cả về vật lý cũng như tâm lý.

Người hỏi: Chúng tôi không những bận tâm về cái chết mà còn cả nỗi sợ chết.

Krishnamurti: Thế thì chúng ta cùng nhau tìm hiểu vấn đề, chúng ta hãy cùng kinh nghiệm, cùng khám phá cái chết.

Chúng ta sợ chết. Chúng ta không sợ cái mà chúng ta biết một cách rõ ràng và chắc chắn. Sự lo sợ chỉ có trong liên quan với cái bất trắc, cái có thể làm chúng ta đau đớn, làm cho chúng ta bất an. Chết là một sự bất trắc và đó là lý do tại sao chúng ta sợ nó. Nếu chúng ta có thể biết toàn thể nội dung, tất cả ý nghĩa của cái chết, biết được sự quan trọng của cái gì ở bên kia cái chết, lúc đó chúng ta không còn sợ nó nữa, có phải thế không? Vậy thì làm sao chúng ta có thể biết chết là gì? Làm sao chúng ta có thể biết cái chết trong lúc còn đang sống?

Người hỏi: Làm sao chúng ta có thể biết cái chết mà không kinh qua nó?

Krishnamurti: Chúng ta sẽ biết trong giây lát. Đối với chúng ta, hiểu được hành trạng của tâm thật là khó! Cái tâm muốn biến cái không thể biết thành cái biết - và đó là một trong những nan đề của chúng ta. Cái tâm bảo, "Nếu không biết được những gì bên kia cái chết thì tôi sợ; nhưng nếu ông có thể đoan chắc với tôi có một sự tiếp tục thì tôi không còn sợ nữa." Cái tâm tìm kiếm sự chắc chắn; chừng nào chúng ta còn mong cầu sự chắc chắn thì còn có lo sợ.

Chết không phải là điều chúng ta lo sợ, điều chúng ta lo sợ chính là sự bất trắc. Chúng ta chỉ có thể sinh hoạt khi cảm thấy an toàn, và nếu sự an toàn mất đi thì chúng ta sợ hãi. Như vậy, nếu chúng ta biết được cái chết là gì thì chúng ta không còn sợ nó.

Người hỏi: Nếu tôi nghĩ đến cái chết như một sự chấm dứt, làm sao tôi cảm thấy an tâm khi tôi còn muốn tiếp tục? Mặt khác, làm sao tôi có thể đoạn trừ được lòng mong cầu sự chắc chắn?

Krishnamurti: Lòng mong cầu sự chắc chắn chỉ có thể đoạn trừ khi nào người ta biết rõ là không có sự chắc chắn.

Người hỏi: Nhưng chúng tôi muốn biết chắc về tương lai.

Krishnamurti: Chúng ta có thể sao? Chúng ta muốn biết rõ là chúng ta đã sống trong quá khứ và chúng ta sẽ còn tiếp tục trong tương lai. Chúng ta có thể đọc tất cả những gì kinh sách của các tôn giáo nói về cái chết, chúng ta có thể nghe kinh nghiệm của người khác về cái chết và tìm kiếm sự xác nhận của đồng cốt, nhưng liệu tất cả những thứ đó có làm chúng ta không còn sợ chết? Chừng nào chúng ta còn tìm cầu sự chắc chắn thì chúng ta còn sợ sự bất trắc. Xin nhớ rằng đây không phải là một câu đố lắt léo. Sự tìm kiếm cái đối nghịch, sự tìm kiếm phản đề của thực tại mà chúng ta đang là, ý muốn tránh né, chạy trốn thực tại mà chúng ta đang là, [những cái đó] gây nên sợ hãi, có phải thế không? Như thế rõ ràng là chúng ta phải hiểu sợ hãi. Sợ hãi là gì?

Chết là một thực tế, và chúng ta nói rằng chúng ta sợ thực tế đó. Liệu sợ hãi khởi sinh vì thực tế, hay vì từ ngữ *chết*, hay là cảm giác không lệ thuộc vào từ ngữ? Chúng ta luôn luôn phản ứng với từ ngữ. Những từ ngữ như *Thượng đế*, *tình yêu*, *cộng sản*, và *dân chủ* tạo ra trong chúng ta những âu lo nhất định và các phản ứng tâm lý, có phải thế không? Khi tin vào "Chúa" và nói về "Ngài" thì chúng ta cảm thấy an tâm. Những từ ngữ như *cái chết*, *lòng thù hận*, *người Đức*, *người Nga*, *người theo Ấn giáo*, và những *người Da đen* đều có một ý nghĩa quan trọng sâu sắc lạ thường đối với chúng ta. Do đó, chúng ta phải tìm xem cái cảm giác gọi là sợ hãi là một hiện thực hay đơn thuần chỉ là kết quả của những từ ngữ mà chúng ta sử dụng.

Người hỏi: Hiện thực là ý nghĩa mà chúng ta đặt cho từ ngữ.

Krishnamurti: Hãy tìm hiểu vấn đề này. Nếu thật sự muốn không còn sợ hãi thì chúng ta phải tìm ra cách tiếp cận đúng cho vấn đề. Có nhiều yếu tố làm cho chúng ta sợ hãi điều mà chúng ta gọi là cái chết, nhưng tôi muốn biết là liệu không còn một nguyên nhân nào khác, liệu từ ngữ *chết* không có trách nhiệm gì đối với sự sợ hãi vì ý nghĩa của nó, cũng như những liên tưởng mà nó khơi dậy trong tâm chúng ta. Xin hãy theo dõi điều này và chúng ta sẽ thấy cái gì sẽ xuất hiện. Từ ngữ *chết* tự thân không phải là cái chết, nhưng nó có một ý nghĩa quan trọng đối với chúng ta, có phải thế không?

Người hỏi: Từ ngữ đó chuyên chở ý nghĩa của sự kết thúc.

Krishnamurti: Đúng, và còn tất cả những sợ hãi về chủng tộc, về giai cấp, về cá nhân. Tâm của chúng ta đã bị điều kiện hóa, không những bởi từ ngữ đó, mà còn cả những từ ngữ khác như *chủ nghĩa tư bản, chủ nghĩa phát-xít, hòa bình, chiến tranh*, và vô số những từ ngữ khác. Không phải thế sao? Từ ngữ, biểu tượng, hình ảnh có một ý nghĩa trọng đại đối với chúng ta, còn hơn cả những sự kiện thực tế, vì chúng ta không thể tư duy mà không có ngôn từ. Ngôn từ là hình ảnh, biểu tượng, và sự tư duy của chúng ta là hình ảnh hóa, biểu tượng hóa, hình dung hóa và nhãn hiệu hóa. Nếu không có hình ảnh, biểu tượng, hay ngôn từ thì chúng ta không thể có ký ức, có phải thế không? Như vậy, không phải *thực tế* cái chết mà từ ngữ *chết* làm cho chúng ta cảm thấy sợ hãi. Không phải sao? Chúng ta còn nhận thấy lo sợ khởi sinh khi tâm - cái quá quen thuộc với sự chắc chắn - phải đối đầu với sự bất trắc; khi tâm - kết quả của tri kiến, của quá khứ - đối đầu với cái bất khả tri, với tương lai.

Bây giờ câu hỏi kế tiếp là: Liệu cảm giác mà chúng ta gọi là sợ hãi có đó không, nếu chúng ta không đặt tên cho nó là "sợ hãi"? Liệu cảm giác hiện hữu mà không có ngôn từ?

Người hỏi: Từ ngữ chỉ là một nhãn hiệu cho cảm giác. Chúng ta phải đặt cho cảm giác một cái tên; đó là phương cách duy nhất mà chúng ta nhận biết nó.

Krishnamurti: Khi chúng ta nghĩ về nỗi sợ chết, cảm giác hay ngôn từ xuất hiện trước? Ngôn từ đưa đến cảm giác, hay cảm giác không lệ thuộc vào ngôn từ? Đây là một câu hỏi rất quan trọng, vì nếu chúng ta tìm hiểu nó một cách sâu xa thì theo tôi chúng ta sẽ nhận ra một điều khá quan trọng.

Khi chúng ta đối đầu với thực tế cái chết, chúng ta đặt cho nó một cái tên, và cái tên tạo cho chúng ta cảm tưởng về một sự bất trắc; đó là điều mà chúng ta không thích và làm cho chúng ta sợ. Bây giờ, chết là một cái gì mới, thì thực tế cái chết cũng phải là một thách thức mới, có phải thế không? Nhưng ngay khi đặt cho nó một cái tên, chúng ta biến nó thành cái cũ. Bất cứ khi nào gặp một thực tế mới, một sự kiện mới, một cảm giác mới thì tâm lập tức gán cho nó một cái tên, nhận biết nó bằng cách hồi tưởng, đồng hóa nó, vì chúng ta cho rằng đó là phương cách sở hữu duy nhất để hiểu bất cứ cái gì: đem cái mới vào cái cũ. Đó là cách mà tâm hành hoạt, có phải thế không? Đó là lý do vì sao chúng ta hành động ngay tức thời. Có thể đó là một hành vi vô thức, nhưng vẫn là phản ứng tức thời của chúng ta. Tâm không thể nghĩ về cái mới, vì vậy nó luôn luôn diễn giải cái mới theo cái cũ. Tư duy là một tiến trình ngôn từ hóa, có phải thế không? Khi bị thách thức bởi thực tế gọi là cái chết, chúng ta phản ứng bằng cách tư duy về nó, và tiến trình ngôn từ hóa này để ra sợ hãi. Vấn đề bây giờ là khi bị thách thức bởi cái mà chúng ta đặt tên là *cái chết*, liệu có thể nào chúng ta không phản ứng qua tiến trình từ ngữ hóa?

Người hỏi: Tôi cho rằng không thể.

Krishnamurti: Nếu chưa bao giờ thử, làm sao bạn có thể bảo là "có" hay "không"? Khi tôi hỏi bạn câu này thì bạn bị thách thức bởi một điều gì đó, và phản ứng tức thời của bạn là cố tìm một câu trả lời; tâm bạn đi vào hoạt động, và ngay lập tức ngôn từ phát ra. Hãy quan sát tâm của bạn, bạn sẽ thấy rằng khi bị hỏi về một điều gì đó mà bạn không biết, tâm của bạn thay vì giữ im lặng và tìm cách hiểu cái mới thì ngay lập tức nó lục lọi trong đống hồ sơ cũ của ký ức để tìm kiếm một câu trả lời đúng.

Người hỏi: Theo cách lý luận của ông thì kết luận có tính *logic* là chấm dứt tiến trình tư duy.

Krishnamurti: Xin hiểu cho rằng đây không phải là lý luận mang tính *logic*, mà là một quan sát thực tế. Nếu kinh nghiệm nó thì bạn sẽ biết chuyện gì xảy ra. Khi tâm gặp một cái gì mới mà không có câu trả lời, một cái gì đó không có ngôn từ để diễn tả thì nó trở nên im lặng. Khi gặp một cái gì đó hoàn toàn mới, không thể nhận biết qua tiến trình hồi tưởng và cũng không thể đồng hóa nó với bất cứ gì đã biết thì chúng ta không đặt tên cho nó.

Chúng ta quan sát để tìm xem nó là cái gì, và trong trạng thái chú ý quan sát đó không có tiến trình hình thành ngôn từ. Ngay khi chúng ta khởi sự hình thành ngôn từ thì mọi kinh nghiệm không còn là mới mà trở thành cũ, có phải thế không?

Người hỏi: Nếu cái đó hoàn toàn mới, thì không có gì để ngôn từ hình dung ra nó.

Krishnamurti: Chắc chắn là như thế. Như vậy, chết sẽ là một cái gì đó hoàn toàn mới nếu chúng ta không dùng ngôn từ để hình dung ra nó. Dù nó là một từ ngữ nhưng nội dung, và tính cách điều kiện hóa của nó không còn trong nó nữa. Lúc đó chúng ta có thể nhìn thẳng vào cái chết. Trạng thái của tâm sẽ như thế nào khi nó bị thách thức bởi cái mới mà không có sự hình thành ngôn từ, không có phản ứng tức thời bằng cách lục lọi mớ ký ức, đống hồ sơ cũ để tìm ra câu trả lời đúng? Không phải cái tâm đó cũng mới hay sao? Những cái điều kiện hóa cũ đã biến mất, sự suy nghĩ ngưng lại, và sự tìm kiếm chấm dứt. Trước một thách thức mới, và cái tâm cũng mới thì sự sợ hãi ở đâu?

Người hỏi: Cái tâm thì mới, nhưng thách thức vẫn là thách thức cũ, dù bây giờ nó không có một cái tên.

Krishnamurti: Chết chỉ là cái cũ khi chúng ta nhận biết nó qua tiến trình hồi tưởng, và chúng ta chỉ có thể nhận biết nó qua ngôn từ, qua ký ức, nghĩa là sự điều kiện hóa của mỗi người. Chết là cái cũ vì nó chứa đựng tất cả mọi ý nghĩa của sợ hãi, tin tưởng, an ủi, và trốn tránh. Chúng ta luôn luôn tiếp cận cái chết bằng những gì đã biết, cách tiếp cận của chúng ta là cũ, và vì vậy chúng ta công nhận chết là chết. Nhưng nếu chúng ta có cách tiếp cận mới, đến với cái chết bằng cái tâm mới, hoàn toàn gột sạch cái cũ thì lúc đó chết sẽ không còn là cái mà chúng ta gọi là chết, mà là một cái gì đó hoàn toàn khác hẳn.

Người hỏi: Chúng ta phải biết mình đang quan sát cái gì, dù không đặt cho nó một cái tên.

Krishnamurti: Đó là điều tôi đề nghị chúng ta nên làm. Chúng ta hãy thử tìm xem liệu có thể nào tâm chấm dứt tiến trình hình thành ngôn từ và đơn thuần quan sát. Nếu tâm có thể làm điều đó, thì liệu cái mà tâm đang quan sát - và cái đó là mới - có tách biệt với tâm cũng là cái mới? Liệu có sự phân chia giữa thách thức và người quan sát quan sát sự thách thức?

Người hỏi: Người quan sát tạo ra sự thách thức.

Krishnamurti: Bạn nhạy miệng quá. Xin đừng diễn giải những gì tôi nói theo cách riêng của bạn, vì như thế bạn sẽ không nhận ra tất cả ý nghĩa quan trọng của vấn đề.

Người hỏi: Nếu cả hai đều mới, làm sao chúng ta có thể nói chúng là đồng hay khác?

Krishnamurti: Khi tâm là mới, liệu thách thức - cũng là mới - có ở ngoài tâm?

Cái khó với tất cả điều này là chỉ khi nào chúng ta thực sự chứng nghiệm, còn không thì chẳng có bao nhiêu ý nghĩa. Cái mới thì không chết vì nó luôn luôn trở thành, nó không bao giờ là cái cũ. Chỉ có cái cũ mới sợ đi đến một kết thúc, và nếu đi vào toàn thể vấn đề này một cách sâu xa, chúng ta sẽ thấy không những tâm có thể thoát khỏi nỗi sợ chết mà còn cả sự sợ hãi dưới mọi hình thức.

ജ്ഞ

Trích từ Những Cuộc Nói Chuyện ở Âu châu năm 1968 - Paris, 28 tháng 4 năm 1968

Khi tư duy về sợ hãi và đau khổ, cần phải tìm hiểu vấn đề cái chết và tuổi già. Chết xảy đến có thể vì bạo bệnh, tai nạn, hay lão suy. Thực tế hiển nhiên là xác thân vật chất sẽ đi đến một sự chấm dứt. Còn một thực tế hiển nhiên nữa là xác thân vật chất sẽ trở nên già, bệnh và chết. Khi về già, người ta thấy rõ sự phiền trược, xấu xí của tuổi già, càng già người ta càng trở nên u mê, càng kém nhạy cảm. Tuổi già trở thành một phiền trược nếu người ta không biết sống. Có lẽ chưa bao giờ chúng ta sống - chúng ta chỉ sống trong giằng co, đau đớn, và xung đột, được thể hiện trên nét mặt, thân xác và trong thái độ của chúng ta.

Khi xác thân vật chất đi đến chỗ chấm dứt, chết chắc chắn là điều tất nhiên. Các khoa học gia có thể phát minh một loại thuốc nào đó kéo dài sự tiếp tục (của thân xác) thêm năm mươi hay một trăm năm nữa, nhưng chung cuộc bao giờ cũng là cái chết. Tuổi già luôn luôn có những phiền trược, trí nhớ mất dần, thân xác suy yếu và ngày càng trở nên vô tích sự cho xã hội. Rồi đến cái chết, chết là một cái gì không thể tránh, không thể biết, và cũng là cái khó chịu nhất, và đáng sợ nhất. Vì sợ chết nên chúng ta không bao giờ nói về nó, hay nếu có nói thì chúng ta viện đủ các lý thuyết, các công thức đầy tính trấn an, hoặc là "luân hồi" của phương Đông hay "phục sinh" của phương Tây. Hoặc chúng ta chấp nhận cái chết một cách duy lý, bảo rằng chết là điều bất khả tránh, và rằng "vì mọi cái đều chết, nên tôi cũng chết." Lý giải, hay một đức tin có tính trấn an và một sự trốn tránh hoàn toàn giống nhau.

Nhưng chết là gì? Ngoài sự chấm dứt của thực thể vật lý, chết là gì? Khi đặt câu hỏi này, cũng cần phải hỏi sống là gì? Sống và chết không tách rời nhau. Nếu bảo rằng "Tôi thực sự muốn biết chết là gì," thì sẽ không bao giờ bạn biết được câu trả lời trừ khi bạn biết thế nào là sống. Vậy cuộc sống của chúng ta là gì? Từ khi sinh ra cho đến khi chết đi, cuộc sống của chúng ta chỉ là những giằng co bất tận, một bãi chiến trường, không những trong nội tâm mà còn cả với hàng xóm, vợ chồng con cái, với tất cả mọi thứ - cuộc sống là một trận chiến đầy những đau khổ, sợ hãi, lo âu, tội lỗi, cô đơn, và tuyệt vọng. Và từ nỗi tuyệt vọng này hình thành những sáng tác của tâm như thần linh, đấng cứu thế, bậc thánh nhân, sự tôn thờ anh hùng, các nghi lễ, và chiến tranh - chiến tranh thật sự, chém giết lẫn nhau. Đó là đời sống của chúng ta. Đó là cái mà chúng ta gọi là sống, trong đó có thể có đôi khoảnh khắc phút vui sướng, chút ánh sáng thoảng hoặc trong mắt, nhưng đó là cuộc sống của chúng ta. Chúng ta cố bám víu lấy cuộc sống này vì chúng ta bảo rằng "Ít ra thì mình cũng biết nó, và dẫu sao có nó vẫn còn hơn không."

Như thế người ta sợ sống, và sợ cả chết, tức là sự chung cuộc. Và khi cái chết đến một cách bất khả tránh, người ta xua đuổi nó. Cuộc sống của chúng ta là một cuộc chiến dai dẳng đầy đau khổ với chính mình, với tất cả những gì xung quanh. Cuộc chiến này là cái mà chúng ta gọi là tình yêu; nó là lạc thú, là lòng tham ái không ngừng gia tăng, về tình dục hay đủ mọi thứ khác - tất cả những thứ đó là cuộc sống của chúng ta từ sớm cho đến khuya.

Trừ khi hiểu rõ sự sống, còn đơn thuần tìm lối thoát cái chết thì hoàn toàn vô nghĩa. Khi hiểu được sống là gì thì có nghĩa là chấm dứt đau khổ, chấm dứt giằng co, không tạo cuộc sống thành một bãi chiến trường, lúc đó về tâm lý, trong nội tâm, người ta sẽ nhận ra rằng sống tức là chết - chết đi tất cả mọi thứ mỗi ngày, chết đi tất cả những tích lũy đã từng gom góp; như thế cái tâm trở nên tươi mới và hồn nhiên mỗi ngày. Điều này đòi hỏi rất nhiều chú ý. Nhưng điều đó không thể xảy ra trừ khi chấm dứt được đau khổ, nghĩa là lo sợ, và do đó chấm dứt tư duy. Lúc đó tâm hoàn toàn tĩnh lặng, nhưng không u mê, đần độn, không mất tính nhạy cảm vì sự hành xác và tất cả những xảo thuật mà người ta thực hành qua nghiên cứu *yoga* và những thứ như thế. Như thế sống là chết, có nghĩa là không có cái chết nếu không có tình yêu. Tình yêu không phải là một ký ức. Cuộc sống, tình yêu và cái chết đi cùng với nhau, chúng không phải là những thứ riêng biệt. Như thế cuộc sống là sự sống hàng ngày trong một trạng thái tươi mới, và muốn có sự trong sáng đó, sự hồn nhiên đó thì phải chết đi cái trạng trái của tâm mà trong đó bao giờ cũng có một tâm điểm, tức là cái "tôi."

Không có tình yêu thì không có đạo hạnh. Không có tình yêu thì không có sự an lạc, không có quan hệ. Đó là cơ sở để tâm có thể xâm nhập vô giới hạn vào cảnh giới trong đó chỉ duy nhất chân lý tồn tại.

ಬಂಡ

Trích từ Những Cuộc Nói Chuyện ở Âu châu năm 1968 - Amsterdam, 19 tháng 5 năm 1968

Chúng ta cần hiểu một hiện tượng khác của cuộc sống, đó là cái chết: chết vì già, hay vì bệnh, chết vì tai nạn, vì bệnh hay tự nhiên. Tất cả chúng ta đều không tránh khỏi tuổi già, và tuổi tác thể hiện trong cách chúng ta đã sống cuộc sống của chúng ta, trên nét mặt của chúng ta, dù những ham muốn của chúng ta có được thỏa mãn một cách thô bạo và tàn nhẫn hay không. Chúng ta mất đi sự bén nhậy, sự bén nhậy mà chúng ta đã có khi còn tươi trẻ và hồn nhiên. Càng lớn tuổi chúng ta càng trở nên kém nhậy cảm, đần độn, ngẩng ngơ, rồi dần dần chui xuống mồ.

Như thế là có tuổi già. Và có cả điều dị thường gọi là cái chết mà hầu hết chúng ta vô cùng sợ hãi. Nếu không sợ thì chúng ta lý giải hiện tượng này một cách duy lý và chấp nhận những phán xét của khả năng lý luận. Nhưng cái chết vẫn còn đó. Rõ ràng là cơ thể sống này, thân xác này có một sự kết thúc. Chúng ta chấp nhận điều này một cách tự nhiên vì chúng ta thấy tất cả mọi thứ đều chết. Nhưng cái mà chúng ta không chấp nhận là sự kết thúc tâm lý, kết liễu cái "tôi," cùng với gia đình, nhà cửa, thành công, những gì tôi đã làm và những gì tôi vẫn còn phải làm, những thành công và thất bại - và còn một cái gì nữa phải làm trước khi tôi chấm dứt! Cái thực thể tâm lý mà chúng ta sợ đi đến sự chấm dứt là cái "tôi," cái "ta," "linh hồn," dưới đủ mọi hình thức và bằng những ngôn từ khác nhau chúng ta gán cho cái tâm điểm hiện hữu của chính mình.

Liệu cái thực thể tâm lý đó có đi đến chỗ kết thúc? Hay nó có một sự tiếp tục? Đông phương bảo rằng nó có sự tiếp tục: có luân hồi, người ta sinh ra tốt đẹp hơn trong đời sau nếu đời này ăn ở phải đạo. Nếu bạn tin vào luân hồi như tất cả những người châu Á (tôi không hiểu tại sao họ tin như thế, nhưng thuyết luân hồi làm cho họ cảm thấy rất an tâm), nếu quan sát kỹ thì điều này hàm ý những gì bạn làm bây giờ, và mỗi ngày là vô cùng quan trọng. Vì kiếp sau bạn sẽ phải trả hay được hưởng, tùy vào cách sống của bạn trong kiếp này. Như thế, điều quan trọng không phải là những gì bạn tin tưởng sẽ xảy ra trong kiếp sau, mà chính cái bạn đang là và đang sống như thế nào. Điều này cũng hàm ý tương tự khi bạn nói về sự phục sinh. Ở đây (phương Tây) bạn biểu tượng hóa điều đó qua một người và tôn thờ người đó, vì chính bạn không biết cách phục sinh trong cuộc sống của bạn *ngay bây giờ* (không phải "trên thiên đàng bên tay phải của Chúa," dù cho điều này có bất cứ ý nghĩa gì).

Như thế điều quan trọng là *ngay bây giờ* bạn sống như thế nào, bạn là gì, bạn làm gì - chứ không phải đức tin của bạn là gì. Nhưng chúng ta sợ cái tâm điểm, gọi là cái "tôi" đi đến sự chấm dứt. Chúng ta hỏi: Liệu nó có đi đến sự chấm dứt? Hãy lắng nghe điều này!

Bạn luôn luôn sống với ý nghĩ, nghĩa là bạn cho tư duy là vô cùng quan trọng. Nhưng tư duy thì cũ, tư duy không bao giờ mới, tư duy là sự tiếp tục của ký ức. Nếu bạn sống với ý nghĩ thì rõ ràng là có một hình thức nào đó của sự tiếp tục. Vì là một sự tiếp tục nên nó là cái chết, cái đã qua, và chấm dứt. Nó là cái gì cũ, chỉ cái gì chấm dứt thì mới có thể có cái mới. Như thế hiểu cái chết là điều vô cùng quan trọng; hãy chết đi, chết đi những gì mà chúng ta đã biết. Tôi không rõ có bao giờ bạn thử điều này chưa. Hoàn toàn không còn tri kiến, hoàn toàn không còn ký ức, dù chỉ trong vài ngày, hoàn toàn không còn lạc thú mà không hề tranh luận, không lo sợ, chết đi đối với cả gia đình, nhà cửa, tên tuổi của chính mình để trở nên hoàn toàn vô danh xưng. Chỉ người hoàn toàn vô danh xưng mới ở trong trạng thái bất bạo lực, người bất bạo lực. Và như thế, hãy chết đi mỗi ngày, không phải như một ý tưởng suông mà là thực tế, cứ làm thử một lần xem!

Bạn biết đấy, chúng ta thu thập quá nhiều, không những sách vở, nhà cửa, tài khoản ngân hàng, mà nội tâm còn chồng chất những ký ức về sỉ nhục, về tâng bốc, về những thành tựu điên rồ, về ký ức lưu giữ một kinh nghiệm đặc biệt riêng mà nhờ nó bạn có một địa vị. Chết đi tất cả những thứ đó mà không tranh cãi, không bàn luận, không sợ hãi; chỉ đơn thuần buông bỏ. Cứ làm thử một lần nào đó rồi bạn sẽ thấy. Ở Đông phương trước kia có lệ là cứ khoảng năm năm một người giàu có cho đi tất cả của cải, tiền bạc của mình rồi làm lại từ đầu. Ngày nay bạn không thể làm như thế, người ta quá đông, ai ai cũng nhòm ngó công việc của bạn, dân số bùng nổ và tất cả những thứ như thế. Nhưng hãy cứ làm thử về mặt tâm lý - không phải bạn từ bỏ áo quần, nhà cửa, vợ chồng, con cái, mà bên trong - không ràng buộc với bất cứ cái gì. Trong sự từ bỏ đó có một cái đẹp tuyệt vời. Xét cho cùng thì đó là tình yêu, có phải thế không? Tình yêu thì không ràng buộc. Có ràng buộc tức là có lo sợ. Và lo sợ chắc chắn sẽ trở thành độc đoán, chiếm hữu, trấn áp và thống trị.

Như thế, thiền là hiểu cuộc sống, nghĩa là đem lại ổn định. Ổn định là đức hạnh, có nghĩa là ánh sáng. Thứ ánh sáng này không thể được thắp lên bởi một ai khác, dù người đó kinh nghiệm đến đâu, thông thái đến đâu, uyên bác đến đâu, tâm linh đến đâu. Không ai dưới trần gian này hay trên cõi trời nào có thể thắp lên ánh sáng đó, mà chính bạn trong cái hiểu của riêng bạn và thiền.

Hãy chết đi tất cả mọi thứ trong chính mình! Vì tình yêu là hồn nhiên, tươi trẻ và trong sáng. Nếu đã tạo được sự ổn định này, đức hạnh này, cái đẹp này, ánh sáng này trong chính mình thì lúc đó bạn mới có thể đi xa hơn. Điều này có nghĩa là tâm, sau khi đã lập được ổn định - một thứ ổn định không thuộc về ý nghĩ - thì lúc đó tâm trở nên hoàn toàn yên tịnh, im lặng một cách tự nhiên mà không cần đến cố gắng hay một thứ kỷ luật nào. Và trong ánh sáng của sự im lặng đó mọi hành động có thể xảy ra, cuộc sống thường nhật cũng từ sự im lặng đó. Nếu một người may mắn đã đi xa đến như thế, thì trong sự im lặng đó có một sự vận hành hoàn toàn khác hẳn, nó không thuộc về thời gian, không thuộc về ngôn từ, không thể đo lường bằng ý nghĩ, vì nó luôn luôn mới. Chính cái bất khả đo lường đó là cái mà con người luôn luôn tìm kiếm. Nhưng nó không thể được trao cho mà bạn phải nhận ra nó. Nó không phải ngôn từ hay biểu tượng, là những thứ hư hoại. Nhưng muốn nó đến, bạn phải có sự ổn định tuyệt đối, cái đẹp và tình yêu. Vì vậy, bạn phải chết đi tất cả những gì đã biết thuộc về tâm lý, có như thế tâm bạn mới trong sáng, không bị biến dạng; có như thế tâm mới thấy sự vật như chúng đang là, cả bên ngoài lẫn bên trong.

಄

Trích từ Đường Bay của Đại Bàng - Sự manh mún, rời rạc London, 20 tháng 3 năm 1969

Chết là gì? Quan hệ giữa tình yêu và cái chết là gì? Theo tôi, chúng ta sẽ tìm ra sự quan hệ này khi đã hiểu được ý nghĩa của cái chết. Muốn hiểu cái chết, hiển nhiên chúng ta phải hiểu sống là gì. Cái gì thực sự là cuộc sống của chúng ta - cuộc sống hàng ngày, không phải một cái gì đó mang tính ý thức hệ, hay trí thức như chúng ta nghĩ nó phải là như thế - mà thật ra không phải thế? Cái gì thực sự là cuộc sống hàng ngày đầy xung đột, tuyệt vọng, cô đơn, và cô lập của chúng ta? Cuộc sống của chúng ta là một chiến trường, kể cả lúc ngủ lẫn khi thức. Chúng ta tìm cách trốn tránh nó bằng nhiều cách: qua âm nhạc, nghệ thuật, bảo tàng viện, giải trí tôn giáo hay triết lý, thêu dệt đủ loại lý thuyết, vướng bận với kiến thức, nhưng vẫn không thể chấm dứt được cuộc xung đột này, trận chiến này mà chúng ta gọi là cuộc sống với nỗi đau khổ triền miên của nó.

Liệu đau khổ trong cuộc sống hàng ngày có thể chấm dứt? Trừ khi tâm thay đổi tận căn để, bằng không thì cuộc sống của chúng ta chẳng có bao nhiêu ý nghĩa - đi làm, kiếm sống, đọc dăm ba quyển sách, viện dẫn lời lẽ của ai đó một cách tài tình, biết đủ mọi chuyện - một cuộc sống rỗng tuếch, một cuộc sống tư sản thực sự. Và khi biết được thực trạng của vấn đề, người ta bắt đầu nghĩ ra một ý nghĩa nào đó cho cuộc sống, tìm một sự quan trọng nào đó để gán cho nó. Người ta đi tìm các bậc thông thái để chỉ cho họ ý nghĩa quan trọng và mục đích của cuộc sống - tức là trốn tránh cuộc sống theo một lối khác. Lối sống này cần phải trải qua một sự chuyển hóa tận căn để.

Tại sao chúng ta, cũng như hầu hết mọi người sợ chết? Sợ cái gì? Hãy quan sát nỗi sợ hãi của bạn đối với cái mà chúng ta gọi là cái chết, hãy quan sát nỗi lo sợ đi đến sự chấm dứt của cuộc chiến mà chúng ta gọi là cuộc sống. Chúng ta sợ cái không thể biết, cái có thể xảy ra; chúng ta sợ từ bỏ những cái đã biết, gia đình, sách vở, sự ràng buộc với nhà cửa, đồ đạc, và những người thân cận chúng ta. Chúng ta sợ buông bỏ những cái đã biết; và cái đã biết là cuộc sống đầy đau khổ, đớn đau, và tuyệt vọng với những niềm vui thoáng qua. Không hề có sự chấm dứt cho cuộc xung đột triền miên này, cái mà chúng ta gọi là cuộc sống, cái mà chúng ta rất sợ buông bỏ. Có phải cái "tôi" - kết quả của tất cả sự tích lũy này - lo sợ rằng nó sẽ đi đến một sự chấm dứt, và do đó đòi hỏi phải có một hy vọng trong tương lai, và do đó phải có luân hồi? Cái ý tưởng luân hồi - mà toàn thể phương Đông tin tưởng - có nghĩa là bạn sẽ sinh ra trong kiếp sau với một chỗ đứng ở một nấc thang cao hơn đôi chút. Kiếp này bạn là người rửa chén, kiếp sau bạn sẽ là ông hoàng, hay bất cứ gì khác, và có người sẽ đến rửa chén cho bạn. Đối với những người tin vào luân hồi thì những gì trong kiếp này rất quan trọng vì điều họ làm, cách họ cư xử, ý nghĩ và hành vi của họ đều có ảnh hưởng đến kiếp sau: hoặc là họ được hưởng hoặc là họ phải chịu. Nhưng họ chẳng cần biết cách cư xử của mình ra sao, đối với họ luân hồi chỉ là một hình thức khác của sự tin tưởng, cũng như sự tin tưởng có thiên đàng, Thượng đế, hay bất cứ gì khác. Thật ra điều quan trọng hơn cả chính là cái bạn đang là, hôm nay, cách bạn cư xử như thế nào, cả bên ngoài lẫn bên trong. Phương Tây cũng có cách an ủi riêng về cái chết; người Phương Tây cũng lý giải cái chết và có sự điều kiện hóa tôn giáo riêng của họ.

Chết là gì, hay thực ra, sự chấm dứt là gì? Thân xác này sẽ chấm dứt vì già, bệnh hay tai nạn. Rất ít người trong chúng ta già đi một cách đẹp mắt, vì chúng ta là những thực thể bị hành hạ, nét mặt của chúng ta thể hiện điều đó khi về già, và còn có cái đáng buồn của tuổi già: luyến tiếc những gì thuộc quá khứ.

Liệu một người mỗi ngày có thể chết đi tất cả những gì đã biết, về mặt tâm lý? Nếu không hoàn toàn buông bỏ cái đã biết thì không bao giờ nắm bắt được cái có thể. Thực tế là khả năng của chúng ta luôn luôn ở trong phạm trù của cái biết, một khi thoát ra khỏi cái biết thì khả năng đó là vô biên. Liệu một người có thể chết đi, về tâm lý, tất cả quá khứ, tất cả mọi ràng buộc, sợ hãi, lo âu, tính hợm hình và lòng kiêu hãnh một cách trọn vẹn đến nỗi hôm sau thức dậy thấy mình là một người hoàn toàn mới? Bạn sẽ hỏi: "Làm sao làm được điều này, có phương pháp nào không?"Chẳng có một phương pháp nào, vì phương pháp hàm ý ngày mai. Phương pháp hàm ý rằng bạn cứ tu tập đi và cuối cùng sẽ chứng đắc một cái gì đó vào ngày mai, hay sau rất nhiều ngày mai. Nhưng liệu bạn có thể thấy ngay lập tức sự thật - thấy một cách thực sự chứ không phải lý thuyết suông - rằng tâm không thể nào tươi mới, hồn nhiên, trẻ trung, đầy sinh lực, và nhiệt tình nếu không có một sự chấm dứt, về mặt tâm lý, tất cả những gì thuộc quá khứ? Nhưng chúng ta không muốn buông bỏ quá khứ bởi vì chúng ta *là* quá khứ; tất cả ý nghĩ của chúng ta đều dựa trên quá khứ; tất cả kiến thức là quá khứ; do đó tâm không thể buông bỏ; mọi cố gắng của tâm để buông bỏ vẫn là một phần của quá khứ, quá khứ hy vọng đạt đến một trạng thái khác.

Tâm phải trở nên tĩnh lặng một cách lạ thường. Và nó trở nên tĩnh lặng lạ thường mà không có bất cứ một đề kháng, không cần đến một pháp môn, khi nó thấy toàn thể vấn đề này. Con người luôn luôn đi tìm cái bất tử. Hắn vẽ một bức tranh và đề tên mình lên đó. Đấy là một hình thức bất tử, để lại một cái tên; con người bao giờ cũng muốn lưu lại phía sau một cái gì đó của mình. Mà con người có gì để cho - ngoài mớ kiến thức về kỹ thuật – con người có gì để cho? Con người là gì? Bạn và tôi, chúng ta là gì, về phương diện tâm lý? Có thể bạn có một tài khoản ngân hàng lớn hơn, thông thái hơn tôi, hoặc thế này thế nọ, nhưng về mặt tâm lý, chúng ta là gì? Một mớ ngôn từ, ký ức, kinh nghiệm và đó là những thứ mà chúng ta muốn trao truyền cho con cháu, viết vào một quyển sách hay để vào một bức tranh. "Tôi." Cái "tôi" trở nên vô cùng quan trọng: cái "tôi" đối nghịch với cộng đồng, cái "tôi" muốn chính nó được nhận dạng, muốn thỏa mãn chính nó, muốn trở thành một cái gì đó vĩ đại - như bạn biết, và tất cả những thứ còn lại. Khi quan sát cái "tôi" đó bạn sẽ thấy nó là một mớ ký ức, và ngôn từ rỗng tuếch. Đó là cái mà chúng ta bám víu; đó là chính thực chất của sự phân biệt giữa "anh" và "tôi," "chúng nó" và "chúng ta."

Khi hiểu được tất cả những điều này - quan sát nó, không qua một ai khác, mà qua chính mình, quan sát nó thật kỹ càng không một phán xét, đánh giá, hay trấn áp, mà chỉ đơn thuần quan sát - rồi bạn sẽ thấy rằng chỉ có tình yêu khi nào có sự chết đi. Tình yêu không phải là ký ức. Tình yêu không phải là lạc thú. Người ta cho rằng tình yêu liên hệ với tình dục - trở lại với sự phân chia giữa tình yêu thế tục và tình yêu thiêng liêng, chấp nhận cái này và lên án cái kia. Chắc chắn tình yêu không là những thứ như thế. Một người không thể nhận ra nó một cách hoàn toàn, trọn vẹn trừ khi nào có sự chết đi cái quá khứ, chết đi tất cả trần lao, xung đột và đau khổ. Lúc đó mới có tình yêu. Lúc đó còn người mới có thể làm bất cứ gì mình muốn.

ೞೞಚಚ

Saanen, ngày 27 tháng 7 năm 1972

Các bạn có ngại tìm hiểu toàn thể vấn đề cái chết không? Rất nhiều người có mặt ở đây còn trẻ, và các bạn còn sống rất lâu; tuy nhiên cũng có rất đông người già, trong đó có tôi; chúng tôi là những kẻ ra đi còn các bạn là người đến. Nhưng các bạn, những người đến, rồi cũng sẽ ra đi, các bạn rồi cũng phải giáp mặt với cái chết. Vậy chúng ta cùng tìm hiểu vấn đề này, nghĩa là chúng ta sẽ hiểu cái chết một cách tường tận. Các bạn không thể hiểu cái chết một cách tường tận nếu còn một sự sợ hãi nào đó, và sợ hãi chỉ khởi sinh khi các bạn ràng buộc mình với những cái đã biết. Những cái đã biết là hình ảnh, kiến thức, ràng buộc, đồ đạc, ý kiến, phán xét, văn hóa, tính nhút nhát, cung cách lịch sự của các bạn - các bạn theo kịp chứ - tất cả những thứ đó đều thuộc về phạm vi của cái biết. Nếu còn sợ hãi, các bạn sẽ không bao giờ có được sự hiểu biết tường tận về toàn thể vấn đề cái chết.

Tôi muốn tìm ra, cũng như các bạn phải tìm ra, chết là gì. Tại sao tôi sợ chết? Tại sao tôi rất sợ tuổi già và đi đến một kết thúc bất ngờ? Đây là một vấn đề rất phức tạp, hiểu biết trọn vẹn cái chết là gì thì rất phức tạp. Chính sự phức tạp của nó làm cho người ta sợ hãi, nó cũng giống như một bộ máy rắc rối và các bạn không dám đụng đến vì các bạn chẳng biết gì về nó cả. Nhưng nếu các bạn tiếp cận nó thật đơn giản, có nghĩa là thực sự muốn biết nó thì lúc đó các bạn mới cảm thấy thích thú - không phải với cái ý tưởng về sự chết, mà là thích thú với sự tra vấn, tiếp cận, và tìm hiểu. Lúc đó các bạn sẽ biết, và các bạn không thể biết nếu các bạn không thích thú; vì vậy các bạn không được sợ hãi. Đây là điều căn bản.

Vậy nếu muốn đi vào vấn đề này, các bạn cần biết rõ rằng tâm, tức là ý nghĩ của các bạn, không được gây ra lo sợ, sợ điều mà nó cho rằng sẽ đi đến một kết thúc, sợ điều mà nó cho là đi vào một cái gì đó hoàn toàn không biết.

Trước tiên, tôi phải tìm ra - vì tôi không sợ, các bạn hiểu chứ, tôi không quan tâm đến sự sợ hãi - xem có một cái gì đó thường hằng như cái "tôi." "Thường hằng" nghĩa là có một sự tiếp tục. Tôi có thể để lại đồ đạc cho em tôi, con tôi, hay bất cứ người thân nào, và như thế những đồ đạc ấy còn trong gia đình tôi, hay được bán cho một tiệm đồ cổ và người khác mua lại. Tôi muốn tìm xem liệu có một cái gì đó có thực thể, tiếp tục và thường hằng gọi là "tôi," kẻ sợ hãi cái chết.

Có cái gì thường hằng trong tôi, trong các bạn? thường hằng theo nghĩa một sự tiếp tục trong thời gian, một diễn tiến trong không gian như cái "tôi"? Cái "tôi" là một danh xưng, có phải thế không? Cái danh xưng này có thường hằng không? Hay ý nghĩ gán cho nó một sự thường hằng? Tự thân ý nghĩ không thường hằng, nhưng nó tự đồng hóa với xác thân, với hình ảnh, với kiến thức, với tất cả kinh nghiệm, đau khổ, lạc thú, đau đớn; ý nghĩ đồng hóa nó với những thứ đó vì chúng cho nó một tính cách của sự thường hằng. Nếu không thì liệu có cái gì là thường hằng, một cái gì có sự tiếp tục mà không có sự hiện hữu của thân xác? Các bạn có quan tâm đến điều này? Dù muốn hay không, các bạn sẽ giáp mặt với nó. Hoặc là các bạn sẽ gặp nó trong tai nạn, hay bệnh tật, hoặc qua tiến trình hư hoại tự nhiên của cơ thể. Chết là điều bất khả tránh. Các bạn có thể tránh né nó bằng cách cố sống lâu hơn, giữ gìn thân thể khỏe mạnh hơn, dùng nhiều thuốc hơn, và những thứ tương tự. Nhưng chung cuộc vẫn là thực tế này - trừ khi tôi tìm ra cho chính mình xem có cái gì thường hằng bên kia cái chết, nghĩa là cái phi thời, không thể bị băng hoại bởi văn minh, văn hóa, một cái gì đó mặc cho tất cả kinh nghiệm, kiến thức, tác nhân, phản ứng mà vẫn có sự tồn tại riêng của nó và vẫn tiếp tục như cái "tôi." Do đó, con người bảo: "Không có cái "tôi," mà chỉ có Thượng đế." Ở Á châu, người ta nói theo một cách khác, nhưng vẫn là hành vi của ý nghĩ bảo rằng: "Có linh hồn." Chính hành vi của ý nghĩ bảo rằng: "Có Đại ngã," như người ta vẫn nói ở Ấn độ. Đó vẫn là hành vi của ý nghĩ, ý nghĩ sợ hãi cái không thể biết. Ý nghĩ là cái đã biết, ý nghĩ là thời gian, ý nghĩ thì cũ, ý nghĩ thì không bao giờ tự do. Vì ý nghĩ là phản ứng của ký ức, của kinh nghiệm, của kiến thức nên nó luôn luôn cũ, không bao giờ tự do, và vì ý nghĩ thuộc về thời gian nên nó không thể biết cái phi thời, có nghĩa là ở ngoài thời gian. Vì vậy ý nghĩ bảo rằng, "Ta không quan trọng; cái "tôi" là giả tạm, cái "tôi" được hình thành bởi văn hóa, bởi thời gian, bởi sự tình cờ, bởi gia đình, và truyền thống; cái "tôi" phát triển một số khuynh hướng, thiên tư, và có sự điều kiện hóa của riêng nó, nhưng siêu vượt những thứ đó là linh hồn, có một cái gì đó vô biên trong tôi và cái đó là cái thường hằng." Tất cả những lập luận này chỉ là diễn tiến của ý nghĩ. Và khi đối diện cái bất khả tránh, tức là cái chết hay sự kết thúc, ý nghĩ bảo: "Ta không thể nào chịu được điều này," nên nó tiếp: "Phải có kiếp sau" hay bảo: "Ta tin có kiếp sau" hoặc: "Có thiên đàng, và ta sẽ lên ngồi bên Chúa" - ý nghĩ tìm sự an tâm khi phải đối diện cái mà nó hoàn toàn không biết. Có cả hàng ngàn người làm cho bạn an tâm. Tất cả các giáo hội có tổ chức đều mời chào sự an tâm; các bạn muốn an tâm, và do đó các giáo hội tồn tại.

Nếu bạn thấy những lập luận ấy vẫn là hành vi của ý nghĩ, và do đó dựa vào sợ hãi, tưởng tượng, và quá khứ, có nghĩa là thuộc phạm trù tri kiến. Điều này có nghĩa là tôi còn *bị ràng buộc* trong phạm vi của cái biết, với đủ mọi tướng trạng, đổi thay, hành hoạt của nó - và cái mà tôi đòi hỏi là sự an tâm. Vì tôi đã tìm được sự an tâm trong quá khứ, tôi từng sống trong phạm vi của cái biết; đó là lãnh địa của tôi, tôi biết biên cương và giới hạn của nó. Giới hạn của nó là ý thức của tôi, tức là nội dung của chính nó. Tôi hoàn toàn quen thuộc với những thứ như thế, còn chết là một cái gì đó tôi không biết; tôi không muốn nó.

Vì vậy tôi tự hỏi: Cuộc sống của tôi là quá khứ, tôi sống trong quá khứ, tôi hành động trong quá khứ; đó là cuộc đời tôi. Hãy lắng nghe điều này! Cuộc đời tôi, sống trong quá khứ, là một cuộc đời chết. Các bạn hiểu chứ? Tâm tôi, cái tâm sống trong quá khứ, là một cái tâm chết. Nhưng ý nghĩ bảo: "Quá khứ không phải là chết, tương lai mới là chết." Tôi thấy tất cả điều trên là một thực tế. Các bạn theo kịp chứ? Tôi thấy những điều đó là một cái gì rất thật. Do đó khi nhận ra điều đó thì tâm thực sự chết đi quá khứ; tâm sẽ sử dụng quá khứ, nhưng quá khứ không còn ý nghĩa; quá khứ đã mất đi những giá trị, ý nghĩa, và sức sống của nó. Do đó tâm có năng lượng riêng của nó, năng lượng đó không phát sinh từ quá khứ. Do đó sống tức là chết - các bạn hiểu chứ? Do đó sống tức là yêu, có nghĩa là chết. Vì chỉ khi nào không còn ràng buộc thì lúc đó mới có tình yêu. Nếu không còn ràng buộc với quá khứ - mặc dù quá khứ có giá trị của nó, quá khứ có thể được sử dụng, phải được sử dụng như kiến thức - thì lúc đó sống là một sự đổi mới không ngừng, là một sự vận chuyển không ngừng trong phạm trù của cái bất khả tri, trong đó có cái biết và sự chuyển dịch. Vì thế, chết là sự đơn độc tất yếu. Và do đó cuộc sống hoàn toàn khác hẳn.

৩৩০৪

Saanen, ngày 21 tháng 7 năm 1963

Tôi sẽ nói về một vấn đề quan trọng, đó là cái chết; cái chết không những của một cá nhân, mà còn là một ý tưởng tồn tại khắp thế gian và lưu truyền từ thế kỷ này sang thế kỷ khác như một nan đề vô phương giải quyết. Không những chỉ có nỗi sợ chết của một cá nhân riêng lẻ mà còn cả thái độ mang tính tập thể rộng lớn đối với cái chết, ở Á châu cũng như ở các nước Tây phương, mà thái độ đó cần được hiểu. Vậy chúng ta sẽ cùng xem xét toàn thể vấn đề này.

Trong sự tìm hiểu một vấn đề quan trọng và rộng lớn như vậy, ngôn từ chỉ có mục đích truyền đạt, giúp chúng ta trao đổi với nhau. Tuy nhiên, khi tìm hiểu một vấn đề sâu sắc như cái chết thì ngôn từ rất dễ trở thành chướng ngại, trừ khi chúng ta dành *trọn vẹn* sự chú ý cho cái chết, mà không phải qua ngôn từ hời hợt, hay cố tìm ra lý do về sự tồn tại của nó một cách duy lý trí.

Trước khi, hay có lẽ trong tiến trình tìm hiểu điều dị thường gọi là cái chết, chúng ta cũng cần phải hiểu ý nghĩa quan trọng của thời gian, cũng là một yếu tố lớn trong đời sống của chúng ta. Ý nghĩ đẻ ra thời gian, và thời gian điều khiển và định hình ý nghĩ. Tôi dùng chữ *thời gian* không những theo nghĩa niên đại hôm qua, hôm nay, ngày mai mà còn có nghĩa tâm lý - thời gian mà ý nghĩ đã tạo ra như một phương tiện để đạt đến, để thành tựu, để trì hoãn. Cả hai đều là những yếu tố trong cuộc sống của chúng ta, có phải thế không? Chúng ta phải biết thời gian niên đại, nếu không các bạn và tôi không thể gặp nhau ở một nơi nào đó. Thời gian niên đại rõ ràng là cần thiết trong các biến cố của cuộc sống; thời gian niên đại thì đơn giản và rõ ràng, không cần phải tìm hiểu một cách sâu xa. Điều mà chúng ta cần khám phá, thảo luận và hiểu là toàn thể tiến trình tâm lý được gọi là thời gian.

Xin hiểu cho một điều là nếu các bạn chỉ nghe suông mà không nhận ra những hàm ý đằng sau ngôn từ thì tôi e rằng chúng ta không thể đi xa bao nhiêu. Hầu hết chúng ta bị biến thành nô lệ bởi ngôn từ, khái niệm hay công thức mà ngôn từ đặt ra. Xin chớ bỏ qua điều này, vì mỗi người chúng ta đều có một công thức, một khái niệm, một ý tưởng, một lý tưởng - có thể là hợp lý, bất hợp lý, hay điên rồ - mà theo đó chúng ta sống. Tâm điều hướng chính nó theo một khuôn mẫu nào đó, hay một số ngôn từ được sắp xếp thành khái niệm, hay công thức. Điều này đúng với mỗi người chúng ta, và xin chớ nhầm lẫn - bao giờ cũng có một ý tưởng, một khuôn mẫu mà theo đó chúng ta định hình cuộc sống của mình. Nhưng nếu muốn hiểu vấn đề sống và chết thì tất cả mọi công thức, khuôn mẫu và ý tưởng phải ra đi; chúng tồn tại vì chúng ta không hiểu sống là gì. Một người sống toàn diện, trọn vẹn và vô úy thì không hề có một *ý tưởng* về cuộc sống. Hành động của hắn là ý nghĩ và ý nghĩ của hắn là hành động, mà không phải là hai thứ khác biệt. Nhưng vì quá sợ hãi điều gọi là cái chết, chúng ta cách ly nó với cuộc sống; chúng ta để riêng sống và chết vào hai ngăn thật kín, đặt chúng cách nhau một khoảng thật xa, rồi sống theo ngôn từ, theo công thức của quá khứ, và lề thói của những gì đã qua. Một cái tâm vướng mắc trong một tiến trình như thế thì không bao giờ có thể hiểu được tất cả những hàm ý của chết và sống, hay biết được chân lý là gì.

Như thế khi cùng tôi tìm hiểu toàn thể vấn đề này, nếu bạn tìm hiểu theo cái nhìn của một người Thiên chúa giáo, hay Phật giáo, hay Ấn giáo, hay bất cứ gì khác thì bạn hoàn toàn sẽ không hiểu gì cả. Và nếu bạn đưa vào sự tìm hiểu này cặn bã của những kinh nghiệm khác nhau, kiến thức đã tích lũy từ sách vở, hay người khác, thì bạn không những sẽ thất vọng mà còn cảm thấy rối ren. Người thực sự tìm hiểu thì trước tiên phải hoàn toàn thoát ra khỏi những thứ này, những thứ tạo thành nền tảng của chính hắn - và đấy là điều khó khăn nhất của chúng ta. Một người phải hoàn toàn tự do đối với quá khứ, nhưng không phải như một phản ứng, vì nếu không có sự tự do này thì hắn không thể phát hiện điều gì mới. Hiểu là tự do, nhưng ít ai trong chúng ta muốn tự do. Chúng ta vẫn thích sống trong cái khuôn khổ an toàn do chính mình tạo ra, hay do xã hội hình thành. Bất cứ xáo trộn nào đối với cái khuôn mẫu đó đều tạo bất an, và chúng ta thà sống một cuộc sống thờ ơ, một cuộc sống chết và băng hoại còn hơn là bị xáo trộn.

Để tìm hiểu vấn đề to lớn này về cái chết, chúng ta phải thấy biết - không lựa chọn - tất cả thói nô dịch công thức và khái niệm cũng như mọi sợ hãi, và lòng mong cầu sự tiếp tục của chúng ta, vân vân. Để tìm hiểu, chúng ta phải tiếp cận vấn đề theo một cách hoàn toàn mới. Xin hiểu rằng điều này vô cùng quan trọng. Tâm phải trong sáng, không vướng mắc một khái niệm hay một ý tưởng nếu nó muốn đi vào một cái gì đó rất dị thường - như cái chết. Chết phải là cái gì đó dị thường, chứ không phải cái mà chúng ta tìm cách lừa dối hay sợ hãi nó.

Về tâm lý chúng ta là những kẻ nô lệ thời gian, thời gian có nghĩa là ký ức của hôm qua, của quá khứ, với tất cả kinh nghiệm được huân tập, nó không những là ký ức của bạn, một cá thể, mà còn thuộc về tập thể, thuộc về chủng tộc và nhân loại, trải qua các thời đại. Quá khứ được tạo ra bằng những đau khổ của con người, cả cá nhân lẫn tập thể, nỗi khốn khổ, niềm vui sướng, cuộc chiến đấu phi thường của con người với cuộc sống, với cái chết, với sự thật, và xã hội. Tất cả những cái đó là quá khứ, là hàng ngàn ngày hôm qua, và đối với hầu hết chúng ta: hiện tại là sự di chuyển của quá khứ vào tương lai. Không hề có những phân chia rành mạch giữa quá khứ, hiện tại, và tương lai. Những gì đã là, được hiện tại sửa đổi thành cái sẽ là. Đó là tất cả những gì chúng ta biết. Tương lai là quá khứ được sửa đổi bởi những tình cờ của hiện tại; ngày mai là hôm qua được tái tạo bởi kinh nghiệm, phản ứng, và kiến thức của hôm nay. Đó là cái mà chúng ta gọi là thời gian.

Thời gian là cái gì đó do bộ óc tạo thành, và bộ óc lại là kết quả của thời gian, của hàng ngàn ngày hôm qua. Mọi ý nghĩ đều là kết quả của thời gian, ý nghĩ là phản ứng của ký ức, phản ứng của những chờ mong, phẫn nộ, thất bại, đau khổ và những nguy hiểm rình rập thuộc hôm qua; với cơ sở đó chúng ta nhìn cuộc sống, và xét đoán mọi chuyện. Liệu có Thượng đế hay không có Thượng đế, chức năng của Nhà nước là gì, bản chất của quan hệ, làm sao để vượt qua hay điều chỉnh chính mình trước những ghen ghét, lo âu, mặc cảm phạm tội, tuyệt vọng, và đau khổ - chúng ta nhìn tất cả những vấn đề này căn cứ vào cái cơ sở đó của thời gian.

Bất cứ gì mà chúng ta nhìn từ cái cơ sở đó đều bị biến dạng; và khi cơn khủng hoảng đòi hỏi một sự chú ý mãnh liệt mà chúng ta nhìn nó với đôi mắt của quá khứ thì hoặc là chúng ta hành động một cách điên rồ, mà hầu hết là chúng ta làm như thế, hoặc là chúng ta dựng lên quanh mình một bức tường đối kháng. Đó là toàn thể diễn tiến cuộc sống của chúng ta.

Xin hiểu cho rằng, tôi dùng ngôn từ để trình bày những điều trên, và nếu các bạn chỉ chấp vào ngôn từ mà không quan sát diễn tiến tư duy của chính mình, nghĩa là thấy mình như chính mình đang là, thì các bạn không thể hiểu cái chết một cách trọn vẹn; chắc chắn phải có sự hiểu biết đó nếu các bạn thoát ra khỏi sự sợ hãi để đi vào một cái gì đó hoàn toàn khác.

Chúng ta luôn luôn diễn giải hiện tại theo quá khứ và từ đó tạo cho những gì đã qua một sự tiếp tục. Đối với hầu hết chúng ta hiện tại là sự tiếp tục của quá khứ. Chúng ta đối diện những gì đang diễn ra hàng ngày trong cuộc sống - là những gì luôn mới và có ý nghĩa quan trọng riêng - với gánh nặng của quá khứ, và từ đó tạo ra cái gọi là tương lai. Nếu quan sát tâm mình bạn sẽ thấy cả hữu thức lẫn vô thức đều là quá khứ, trong đó không có gì là mới, bạn sẽ thấy không có gì là không bị băng hoại bởi quá khứ, và thời gian. Và cái mà chúng ta gọi là hiện tại. Có hiện tại nào mà chưa hề bị quá khứ đụng đến? Có hiện tại nào mà không điều kiện hóa tương lai?

Có lẽ chưa bao giờ bạn nghĩ đến điều này, và chúng ta sẽ tìm hiểu qua vấn đề. Hầu hết chúng ta đều muốn sống với hiện tại, vì quá khứ thì quá nặng nề, quá phiền toái, quá mệt mỏi, còn tương lai thì đầy bất trắc. Cái tâm hiện sinh lên tiếng: "Hãy sống trọn vẹn trong hiện tại. Đừng bận tâm về những gì sẽ xảy ra ngày mai mà hãy sống cho hôm nay. Bề gì thì cuộc sống vẫn chỉ là một sự khốn khổ, và những tai họa của một ngày là quá đủ; vậy hãy sống mỗi ngày một cách trọn vẹn và quên đi tất cả mọi chuyện." Rõ ràng đây là một triết lý tuyệt vọng.

Có thể nào sống trong hiện tại mà không đem thời gian, tức là quá khứ, vào hiện tại? Chắc chắn bạn chỉ có thể sống hoàn toàn trong hiện tại một khi đã hiểu rõ toàn thể quá khứ. Chết đi thời gian là sống trong hiện tại, và bạn chỉ chết đi thời gian một khi đã hiểu rõ quá khứ, có nghĩa là hiểu rõ tâm mình - không những cái tâm ý thức đi làm việc hàng ngày, tích lũy kiến thức và kinh nghiệm, với những phản ứng nông cạn, và tất cả những thứ khác, mà còn cả cái tâm vô thức, trong đó chôn giữ những truyền thống đã huân tập của gia đình, của tập thể, của chủng tộc. Chôn vùi trong vô thức còn có những đau khổ chồng chất của kiếp người và cả nỗi sợ chết. Tất cả những thứ đó là quá khứ, có nghĩa là chính bạn, và bạn phải hiểu rõ nó. Nếu không hiểu rõ *cái đó*, nếu chưa tìm hiểu tận tường tâm thức và trái tim, lòng tham lam và nỗi đau khổ của chính mình, nếu không biết mình *một cách trọn vẹn*, thì bạn không thể nào sống trong hiện tại. Sống trong hiện tại là chết đi quá khứ. Trong tiến trình hiểu biết chính mình, bạn thoát khỏi quá khứ, có nghĩa là sự điều kiện hóa - sự điều kiện hóa của bạn có thể là một người Cộng sản, một tín đồ Thiên chúa giáo, một giáo hữu Tin lành, một người Ấn giáo, một người Phật giáo - sự điều kiện hóa áp đặt lên bạn bởi xã hội, và cũng bởi chính lòng tham lam, ghen ghét, lo âu, tuyệt vọng, đau khổ và phẫn nộ của chính mình. Chính sự điều kiện hóa này tạo sự tiếp tục cho cái "tôi," cái ngã.

Nếu bạn không biết rõ chính mình, không biết rõ trạng thái vô thức cũng như hữu thức của mình thì tất cả tìm kiếm của bạn sẽ bị méo mó, và thiên lệch. Bạn sẽ không có cơ sở để tư duy một cái gì hữu lý, minh bạch, *logic* và hợp lý. Cách suy nghĩ của bạn sẽ theo một khuôn mẫu, một công thức, hay một hệ thống tư tưởng nào đó, nhưng đó không phải là thực sự tư duy. Để tư duy một cách minh bạch, *logic*, không điên rồ, không vướng mắc trong bất cứ hình thức vọng tưởng nào thì bạn phải biết rõ toàn thể tiến trình ý thức của chính mình, tức là cái được tạo thành bởi thời gian, bởi quá khứ. Liệu có thể nào sống mà không có quá khứ? Sống mà không có quá khứ tức là chết. Bạn hiểu chứ? Chúng ta sẽ trở lại vấn đề hiện tại khi chúng ta thấy cái chết là gì.

Chết là gì? Đây là câu hỏi chung cho cả người trẻ lẫn người già, vậy bạn hãy tự hỏi chính mình. Có phải chết chỉ là sự chấm dứt của một cơ thể vật chất? Có phải đó là điều chúng ta sợ? Có phải thân xác này là cái mà chúng ta mong muốn nó tiếp tục? Hay chúng ta ao ước một hình thức nào khác của sự tiếp tục? Chúng ta đều biết thân xác, cái thực thể vật chất, hao mòn qua sử dụng, chịu đựng không biết bao nhiêu áp lực, ảnh hưởng, xung đột, thúc bách, đòi hỏi, và đau khổ. Nhiều người sẽ vui mừng nếu tuổi thọ của thân xác này kéo dài đến 150 năm hay hơn nữa; các bác sĩ và các khoa học gia cuối cùng sẽ tìm ra một phương cách nào đó để kéo dài nỗi thống khổ mà chúng ta sống trong đó. Nhưng dù sớm hay muộn thì thân xác này sẽ hư hoại, cái cơ thể vật chất sẽ đi đến một sự chấm dứt. Cũng như mọi cỗ máy, nó sẽ hao mòn dần.

Đối với hầu hết chúng ta, chết là cái gì đó có một ý nghĩa sâu xa hơn là sự kết thúc của xác thân vật chất, và tất cả các tôn giáo đều hứa hẹn một đời sống bên kia cái chết. Chúng ta khao khát một sự tiếp tục, chúng ta muốn được ai đó cam đoan rằng có một cái gì đó tiếp tục sau khi thân xác chết đi. Chúng ta hy vọng rằng cái *psyche*, cái "tôi" - cái "tôi" đã kinh nghiệm, đã phấn đấu, đã thụ đắc, đã biết, đã đau khổ, đã hưởng thụ; cái "tôi," được gọi là linh hồn ở phương Tây, và có một cái tên khác ở phương Đông - sẽ tiếp tục. Như thế, điều chúng ta quan tâm là sự tiếp tục chứ không phải cái chết. Chúng ta không muốn tìm hiểu chết là gì; chúng ta không muốn biết cái phép lạ phi thường, cái đẹp, chiều sâu, và sự bao la của cái chết. Chúng ta không muốn tìm hiểu cái mà chúng ta không biết. Tất cả những gì chúng ta muốn là sự tiếp tục. Chúng ta bảo "Ta, từng sống bốn mươi, sáu mươi, tám mươi năm; ta, từng có nhà cửa, gia đình, và con cháu; ta, từng đi làm mỗi ngày sau bao nhiêu năm tháng; ta, từng gây gỗ, từng có những ham muốn nhục dục; ta muốn tiếp tục sống." Đó là tất cả những gì mà chúng ta quan tâm. Chúng ta biết có cái chết, và sự kết thúc của xác thân vật chất là điều bất khả tránh, vì vậy chúng ta bảo rằng "Ta cần phải cảm thấy sự tiếp tục của ta sau khi chết là điều chắc chắn." Vì thế chúng ta có đủ loại đức tin, giáo điều, phục sinh, và luân hồi - hàng ngàn cách tránh né thực tế cái chết. Và khi chiến tranh xảy ra, chúng ta dựng lên thập giá cho những kẻ xấu số bị giết chết. Những chuyện như thế này xảy ra cả ngàn năm nay.

Chưa bao giờ chúng ta vận dụng hết chính mình để tìm biết cái chết là gì. Chúng ta chỉ tiếp cận cái chết với điều kiện chắc chắn là phải có một sự tiếp tục trong kiếp sau. Chúng ta bảo "Tôi muốn cái biết tiếp tục," cái biết là phẩm chất, là khả năng của chúng ta, là ký ức của những kinh nghiệm, phấn đấu, thỏa mãn, thất vọng, tham vọng; nó còn là tên tuổi và tài sản của chúng ta. Tất cả những thứ đó là cái biết, và chúng ta muốn nó tiếp tục. Có lẽ chỉ khi nào có được bảo đảm về sự tiếp tục đó thì chúng ta mới tìm hiểu cái chết là gì, và liệu có cái gì là cái không thể biết - tức là một điều kỳ lạ mà chúng ta phải tìm ra.

Như thế, bạn thấy được sự khó khăn. Điều chúng ta muốn là sự tiếp tục, nhưng chưa bao giờ chúng ta tự hỏi cái gì tạo ra sự tiếp tục, cái gì sinh khởi chuỗi diễn tiến và vận hành của sự tiếp tục. Nếu quan sát, bạn sẽ thấy chỉ có ý nghĩ tạo ra cảm tưởng về sự tiếp tục - ngoài ra không còn gì khác. Qua ý nghĩ, bạn đồng hóa mình với gia đình của bạn, với ngôi nhà của bạn, với bức tranh bạn vẽ, với bài thơ bạn làm, với cá tính của bạn, với sự thất vọng và niềm vui sướng của bạn. Càng suy nghĩ về một vấn đề thì bạn càng tạo thêm dây mơ rễ má và làm cho nó tiếp tục. Nếu thích ai, bạn sẽ nghĩ về người đó và chính ý nghĩ tạo ra cảm tưởng về một sự tiếp tục trong thời gian. Hiển nhiên là bạn phải suy nghĩ, nhưng có thể nào bạn chỉ suy nghĩ trong một lúc, *vào* một lúc nào đó - rồi sau đó buông bỏ sự suy nghĩ? Nếu như bạn không bảo rằng "Tôi thích cái này, nó là của tôi - nó là bức tranh tôi vẽ, nó là sự tự thể hiện của tôi, Chúa của tôi, vợ của tôi, đức hạnh của tôi - và tôi sẽ giữ những thứ ấy" thì bạn sẽ không có cảm tưởng về một sự tiếp tục trong thời gian. Nhưng bạn không tư duy một cách rõ ràng và thông suốt từng vấn đề. Bao giờ cũng có sự thích thú mà bạn muốn lưu giữ và sự đau đớn mà bạn muốn loại trừ, điều này có nghĩa là bạn nghĩ đến cả hai, và ý nghĩ tạo ra sự tiếp tục cho cả hai. Cái mà chúng ta gọi là ý nghĩ chính là phản ứng của ký ức, của sự liên tưởng, nó rất giống với phản ứng của một máy *computer*. Bạn phải đạt đến chỗ thấy rõ cho chính mình sự thật về điều này.

Hầu hết chúng ta không muốn tìm ra cho chính mình cái chết là gì, trái lại chúng ta chỉ muốn tiếp tục trong cái đã biết. Nếu em tôi, con tôi, vợ tôi, chồng tôi chết đi, tôi thật là khốn khổ, cô đơn, và cảm thấy tự thương xót, tất cả những cái đó tôi gọi là đau khổ, và tôi tiếp tục sống trong trạng thái rối ren, bối rối và khốn khổ ấy. Tôi tách rời cái chết khỏi cuộc sống, một cuộc sống với những tranh cãi, đắng cay, tuyệt vọng, thất vọng, phẫn nộ, và sỉ nhục, vì cuộc sống này là cái mà tôi biết, còn chết là cái gì đó tôi không biết. Đức tin và giáo điều làm cho tôi thỏa mãn cho đến khi chết. Đó là những gì xảy ra cho hầu hết chúng ta.

Như bạn thấy, cái cảm tưởng về sự tiếp tục mà ý nghĩ tạo ra cho ý thức rất nông cạn. Không có gì là bí ẩn hay cao thượng về sự tiếp tục, và khi hiểu rõ tất cả ý nghĩa của nó, bạn suy nghĩ - lúc này ý nghĩ là cần thiết - một cách minh bạch, *logic*, hữu lý, phi cảm tính, không có sự thường xuyên thôi thúc phải hoàn thành, phải là, hay trở thành một ai đó. Lúc đó bạn sẽ biết làm thế nào để sống trong hiện tại, sống trong hiện tại có nghĩa là chết từ lúc này sang lúc khác. Lúc đó bạn có thể tìm hiểu, vì tâm không còn sợ hãi nên không còn vọng tưởng. Không còn vọng tưởng là vô cùng cần thiết, và vọng tưởng chỉ khởi sinh khi có sợ hãi. Bao giờ không còn sợ hãi thì không còn vọng tưởng. Vọng tưởng khởi sinh khi sợ hãi bám rễ vào sự an toàn, dưới bất cứ hình thức quan hệ riêng biệt nào đó như với một ngôi nhà, một đức tin, địa vị hay uy tín. Sợ hãi tạo ra vọng tưởng. Bao giờ sợ hãi còn tiếp tục thì tâm còn vướng mắc trong vô số hình thức của vọng tưởng, và một cái tâm như thế thì không thể nào hiểu được chết là gì.

Bây giờ chúng ta sẽ tìm hiểu xem chết là gì - ít ra thì tôi tìm hiểu nó và vạch trần nó. Nhưng bạn chỉ có thể hiểu cái chết, sống với cái chết một cách trọn vẹn, biết được chiều sâu, cùng tất cả ý nghĩa của nó khi nào không còn sợ hãi, nghĩa là không còn vọng tưởng. Hoàn toàn không còn sợ hãi là sống trọn vẹn trong hiện tại, điều này có nghĩa là bạn không hành hoạt một cách máy móc theo thói quen của ký ức. Hầu hết chúng ta quan tâm đến luân hồi, hoặc muốn biết liệu chúng ta sẽ tiếp tục sau khi thân xác này chết đi, toàn là những chuyện tầm thường. Liệu chúng ta đã hiểu được sự tầm thường của lòng ham muốn một sự tiếp tục? Liệu chúng ta có thấy rằng chỉ có tiến trình suy nghĩ, bộ máy tư duy đòi hỏi một sự tiếp tục? Một khi thấy rõ điều này thì bạn sẽ nhận ra sự nông cạn, và ngớ ngẩn của một đòi hỏi như thế. Liệu cái "Ta" tiếp tục sau khi chết? Ai cần? Và cái "ta" mà bạn muốn tiếp tục là gì? Những lạc thú và mơ ước của bạn, hy vọng, tuyệt vọng và niềm vui của bạn, tài sản của bạn và cái tên mà bạn mang, cái cá tính tầm thường bé nhỏ cùng với mớ kiến thức thu thập được trong cuộc sống nhỏ hẹp nông cạn của bạn, được bồi đắp bởi các ông thầy, các bậc thức giả, và các nghệ sĩ. Đó là cái mà bạn muốn tiếp tục, và chỉ có thế.

Dù già hay trẻ, bạn phải đoạn tuyệt tất cả những thứ đó. Bạn phải loại bỏ chúng hoàn toàn, một cách phẫu thuật, như một nhà phẫu thuật giải phẫu với con dao mổ. Lúc đó tâm không còn vọng tưởng và không còn sợ hãi nên mới có thể quan sát và hiểu chết là gì. Sợ hãi tồn tại vì ham muốn bám víu vào cái biết. Cái biết là quá khứ sống trong hiện tại và điều chỉnh tương lai. Đó là cuộc sống của chúng ta, ngày này sang ngày khác, năm này sang năm khác, cho đến khi chết đi. Làm sao một cái tâm như thế có thể hiểu được cái gì đó vô thời, vô duyên cớ, một cái gì đó hoàn toàn bất khả tri?

Bạn hiểu chứ? Chết là cái bất khả tri, nhưng bạn lại có những ý tưởng về nó. Bạn tránh nhìn cái chết, hoặc bạn lý giải nó, bảo rằng nó là cái bất khả tránh, hoặc bạn có một đức tin nào đó để an tâm, và hy vọng. Nhưng chỉ có một cái tâm trưởng thành, một cái tâm vô úy, không còn vọng tưởng, không còn tìm kiếm sự thể hiện cái ta và sự tiếp tục một cách ngu xuẩn - chỉ một cái tâm như thế mới có thể quan sát và tìm ra cái chết là gì, vì nó biết cách sống trong hiện tại.

Xin theo dõi điều này. Sống trong hiện tại là hiện hữu mà không tuyệt vọng, vì không có hoài vọng quá khứ mà cũng không có hy vọng tương lai. Do đó, tâm bảo "Hôm nay đối với ta là đủ." Nó không tránh né quá khứ hay bất cần biết tương lai, nhưng nó hiểu rõ toàn thể ý thức, ý thức cá nhân lẫn ý thức tập thể; và do đó không còn cái "tôi" tách biệt với số đông. Khi hiểu được tổng thể của chính nó, thì tâm hiểu được cái riêng cũng như cái chung. Vì thế tâm quăng bỏ tất cả tham vọng, thói trưởng giả, và uy tín xã hội; tất cả những thứ đó hoàn toàn biến mất khỏi một cái tâm sống trọn vẹn trong hiện tại, nên chết đi tất cả những gì nó đã biết, từng giây phút trong ngày. Nếu đã đi xa đến thế, bạn sẽ nhận ra rằng chết và sống chỉ là một. Bạn sống trọn vẹn trong hiện tại, hoàn toàn chú ý, không lựa chọn, không cố gắng; tâm luôn luôn rỗng rang, và từ sự rỗng rang đó bạn nhìn, quan sát, và hiểu, do đó sống là chết. Cái luôn luôn tiếp tục thì không bao giờ sáng tạo. Chỉ cái chấm dứt mới biết sáng tạo là gì. Khi sống cũng là chết thì lúc đó có tình yêu, chân lý và sự sáng tạo; vì chết - cũng như chân lý, tình yêu và sự sáng tạo - là cái bất khả tri.

Các bạn có muốn hỏi hay thảo luận gì không?

Người hỏi: Chết là một hành vi của ý chí, hay chính nó là cái bất khả tri?

Krishnamurti: Này ông bạn, có bao giờ ông bạn chết đi những lạc thú của chính mình - chỉ chết đi mà không biện luận, không phản ứng, không tìm cách tạo ra những điều kiện đặc biệt, và cũng không cần hỏi làm cách nào để từ bỏ, hay tại sao phải từ bỏ? Có bao giờ ông bạn làm chuyện đó chưa? Ông bạn sẽ phải làm chuyện đó khi cái chết vật lý xảy đến, có phải thế không? Không ai có thể tranh luận với cái chết. Không ai có thể nói với cái chết "Cho tôi sống thêm vài ngày nữa." Không hề có một cố gắng nào của ý chí trong khi chết - người ta chỉ việc chết. Hay có bao giờ ông bạn chết đi tất cả những tuyệt vọng, những tham vọng của mình - chỉ việc buông bỏ, gạt sang một bên, như một chiếc lá chết vào mùa thu, mà không có một cố gắng nào của ý chí, không một lo âu về chuyện gì sẽ xảy ra nếu ông bạn làm như thế? Có bao giờ ông bạn thử làm như thế chưa? Tôi e rằng ông bạn chưa. Lát nữa khi rời khỏi đây, hãy thử chết đi một cái gì đó mà ông bạn bám víu vào nó - thói quen hút thuốc, đòi hỏi tình dục, sự thôi thúc trở nên nổi tiếng như một nghệ sĩ, một nhà thơ, và vân vân. Chỉ việc buông bỏ, gạt sang một bên như quẳng bỏ một cái gì đó ngu ngốc, mà không cần cố gắng, lựa chọn, hay quyết định. Nếu ông bạn chết đi những thứ đó một cách trọn vẹn - không phải chuyện bỏ thuốc lá hay cai rượu mà ông bạn muốn biến thành một vấn đề trọng đại - ông bạn sẽ hiểu thế nào là sống trong hiện tại một cách hoàn hảo, không hề cố gắng, với tất cả sự hiện hữu của chính mình. Và lúc đó, có lẽ, cánh cửa sẽ mở vào cái bất khả tri.

ೞೞ

Brockwood Park - 7 tháng 9 năm 1974

Như bạn biết, chết luôn luôn là một trong những vấn đề lớn, có lẽ là trọng đại nhất của đời người. Không phải tình yêu, không phải sự sợ hãi, không phải quan hệ, mà vấn đề này, điều bí ẩn này, cái cảm tưởng chấm dứt này đã từng là mối quan tâm của nhân loại ngay từ thời cổ đại. Ở đây chúng ta cố gắng tìm hiểu xem cái đó là gì. Liệu chúng ta có thể tìm hiểu cái chết khi đã tách rời nó khỏi cuộc sống? Bạn hiểu câu hỏi tôi đặt ra chứ? Tôi đã tách cái chết rời ra như một cái gì đó ở cuối đời, có phải thế không? một cái gì đó mà tôi đã trì hoãn, cất đi, bằng một khoảng thời gian thật dài giữa sự sống và cái chết. Chết là một cái gì đó trong tương lai, một cái gì mà người ta sợ hãi, không được mong muốn và hoàn toàn bị né tránh. Nhưng nó vẫn có đó. Dù là do tai nạn, bệnh tật, hay tuổi già thì cái chết vẫn luôn luôn có đó. Dù chúng ta già hay trẻ, hom hem hay tràn đầy nhựa sống thì cái chết vẫn có đó. Nhiều người cho rằng "Sống chỉ là một phương tiện để đi đến cái chết, chết còn quan trọng hơn sống, vậy hãy lo cho cái chết hơn là lo cho cuộc sống." Biết rằng có cái chết, con người đã để ra đủ mọi hình thức an ủi – an ủi bằng đức tin, bằng lý tưởng, với hy vọng sẽ được ngồi "bên tay phải của Chúa" nếu ăn ở phải đạo, vân vân và vân vân. Toàn thể châu Á tin vào luân hồi. Ở đây bạn không có loại hy vọng đặt trên kiến giải của lý trí như thế, nhưng lại dựa vào tình cảm.

Khi nhìn vào tất cả những thứ này - đức tin, sự an ủi, mong cầu sự an ủi, biết rằng có một sự chấm dứt, hy vọng sẽ tiếp tục trong kiếp sau, cùng toàn thể hệ thống lý luận mang tính duy lý trí về cái chết - bạn thấy đấy, bạn đã tách rời chết ra khỏi sống. Chết bị tách rời với sống, cuộc sống thường nhật với tất cả xung đột, khốn khổ, ràng buộc, tuyệt vọng, lo âu, bạo lực, đau khổ, nước mắt và tiếng cười. Tại sao tâm lại tách sống ra khỏi chết? Cuộc sống mà chúng ta sống, cuộc sống thường nhật với tất cả tầm thường, đắng cay, sự rỗng tuếch, nỗi nhọc nhằn, cùng với sự lập lại của nó - đến công sở hay nhà máy hết năm này sang năm khác suốt năm mươi năm hay hơn - tất cả những thứ đó chúng ta gọi là cuộc sống. Sự phấn đấu, giằng co, tham vọng, sự xấu xa, cùng với những tình cảm, niềm vui và lạc thú qua mau: đó là cái mà chúng ta gọi là cuộc sống. Và chúng ta bảo cái chết không được xâm phạm vào lĩnh vực này vì đó là tất cả những gì chúng ta biết, còn chết là cái chúng ta không biết; vì thế chúng ta giữ nó ở thật xa. Chúng ta bám víu vào cái biết - xin hãy quan sát trong chính bạn - bám víu vào cái biết, vào sự nhớ tưởng những gì đã qua, vào đau khổ, lo âu, ký ức, kinh nghiệm, tất cả đều là những gì đã biết và do đó là quá khứ. Chúng ta bám lấy quá khứ, và đó là cái mà chúng ta gọi là cái biết. Còn cái không thể biết là cái chết, là cái chúng ta sợ hãi. Như thế có một khoảng cách mênh mông giữa cái biết và cái không thể biết. Chúng ta thà bám lấy cái biết còn hơn là đi vào phạm trù của cái không thể biết, vì tâm luôn luôn hành hoạt trong nội vi cái biết, vì trong đó có sự an toàn. Chúng ta *nghĩ* đó là sự an toàn, chúng ta *nghĩ* đó là sự chắc chắn, chúng ta *nghĩ* đó là sự thường hằng; nhưng khi quan sát thì chúng ta thấy nó không thường hằng và hoàn toàn bất định. Ấy vậy mà chúng ta cố bám víu vào cái biết vì đó là tất cả những gì chúng ta biết. Điều này có nghĩa là chúng ta chỉ biết quá khứ.

Còn chết là cái gì đó mà chúng ta không biết. Bây giờ, sự phân chia này tồn tại, và nó tồn tại vì ý nghĩ đã phân chia cuộc sống thành sống, chết, tình yêu, và những thứ còn lại. Ý nghĩ đã phân chia người nghệ sĩ, nhà doanh nghiệp, người theo chủ nghĩa Xã hội, nhà chính trị, vân vân. Ý nghĩ đã phân chia cuộc sống thành cái biết, và chết là cái gì đó không thể biết. Tất cả những điều đó là sự kiện thực tế.

Liệu tâm - bám lấy cái biết - có thể tìm biết cái gì đó thường hằng? Chúng ta cứ nghĩ rằng mình đang bám víu cái thường hằng: quan hệ thường hằng giữa ta và tha nhân, sự sở hữu vĩnh viễn đối với đất đai, tài sản, tiền bạc, tên tuổi, hình tướng, ý tưởng. Liệu có cái gì thường hằng - không phải là một ý tưởng suông mà là một hiện thực? Hãy suy gẫm điều này! Liệu có cái gì thường hằng - "Tên của tôi, danh tiếng của tôi, ngôi nhà của tôi, vợ con của tôi, lý tưởng, kinh nghiệm của tôi"? Tâm muốn sự thường hằng vì trong đó có sự an toàn. Như vậy, khi nhận ra ở thế gian này chẳng có gì thường hằng, *chẳng có gì*, nên tâm tạo ra sự thường hằng trong Thượng đế, trong một ý tưởng; và như bạn thấy, phải khó khăn biết chừng nào mới làm cho con người thay đổi được ý nghĩ. Đó là cuộc chiến giữa chúng ta hiện nay, giữa các bạn và diễn giả, vì các bạn có những lý tưởng hay ý tưởng, hoặc những hình ảnh mà bạn cho là thường hằng. Các bạn đã chấp nhận sự thường hằng là thực có. Nhưng có ai đó đến bảo: "Này, chẳng có gì là thường hằng cả. Ý tưởng của bạn, thần linh của bạn, đấng cứu thế của bạn, và ngay cả chính bạn đều vô thường," thì không thể nào bạn chấp nhận. Nhìn nhận sự vô thường, bất trắc tức là tạo ra những tàn phá trong đời người. Càng gặp bất trắc, bạn càng trở nên cuống cuồng; thế gian này càng mất quân bình, thì càng điên đảo, và hành hoạt của bạn cũng thế. Vì vậy, bạn cần phải có một cái gì đó thường hằng, và bạn để ra một đức tin, một vị thần, một lý tưởng, một kết luận, một hình ảnh. Tất cả những thứ đó đều là ảo tưởng và chẳng có gì là thường hằng; nhưng nếu tâm không có một cái gì đó căn bản thường hằng thì tất cả mọi hành động của nó đều bị méo mó, điên loạn và nửa vời. Có cái gì hoàn toàn thường hằng? Các bạn theo dõi tất cả những điều này chứ? Hãy nhớ vì Thượng đế mà theo dõi, vì đây chính là cuộc đời các bạn.

Nếu không có gì thường hằng thì cuộc đời hoàn toàn vô nghĩa. Vậy có cái gì thường hằng - không phải một ngôi nhà hay một ý tưởng - một cái gì siêu vượt ra ngoài và bên trên cái vô thường này? Chúng ta đang tìm hiểu cái đó. Bạn phải chú ý hơn một chút nếu không bạn sẽ không nhận ra nó.

Chúng ta sống trong quá khứ, và quá khứ trở thành sự thường hằng của chúng ta, trạng thái thường hằng của chúng ta. Khi quan sát và thấy được tính hư vọng của quá khứ, thì từ nhận thức đó cái gì khởi sinh? Tôi biết rằng sống trong quá khứ có một số những giá trị nào đó: Tôi không thể đi xe đạp, nói tiếng Anh, lái xe, hay làm những công việc có tính kỹ thuật, hoặc nhận ra bạn, một người bạn, vợ con tôi mà không có kiến thức của quá khứ. Nhưng liệu có một đặc tính nào của tâm không được dựng lập bởi ý nghĩ, tức là cái vô thường? Có một đặc tính nào từ nhận thức này không? Đặc tính đó chính là trí tuệ. Trí tuệ đó không phải của bạn hay của tôi. Nó là trí tuệ, trí tuệ có khả năng thấy được sự vô thường mà không sa vào các thói quen hay những hành vi điên loạn. Vì nó là trí tuệ, nó luôn luôn hành động đúng. Bạn hiểu chứ?

Với trí tuệ đó, bây giờ chúng ta nhìn vào cái chết. Chúng ta bảo chết là một cái gì đó không thể biết. Vì ràng buộc với tất cả những thứ chúng ta biết, nên điều mà chúng ta sợ là chấm dứt hoàn toàn sự ràng buộc đó: ràng buộc vào tên tuổi của tôi, gia đình tôi, công việc của tôi, quyển sách tôi đã viết ra, quyển sách mà tôi hy vọng sẽ viết, hay một bức tranh nào đó và những gì nữa thì chỉ có Trời mới biết, vô số những hình thức ràng buộc. Chết là chấm dứt sự ràng buộc đó. Có phải không? Liệu trong cuộc sống, hàng ngày, bạn có thể hoàn toàn không còn ràng buộc, và do đó đón mời cái chết? Bạn hiểu tôi nói gì? Bạn đã hiểu? Tôi trình bày có rõ không? Nghĩa là, tôi ràng buộc với quyển sách của tôi, danh tiếng của tôi, gia đình của tôi, công việc của tôi, niềm kiêu hãnh của tôi, cái danh giá hão của tôi, ý thức lương hảo của tôi, niềm vinh quang của tôi, hay bất cứ gì mà tôi ràng buộc với. Chết có nghĩa là chấm dứt sự ràng buộc này. Liệu tôi có thể chấm dứt được sự ràng buộc này ngay lập tức - có nghĩa là *chết đi?* Như thế là tôi đã đem cái chết vào ngay trong giây phút hiện tiền của cuộc sống. Như thế là không có sự sợ hãi. Khi tâm thấy được sự thật của điều này - chết là chấm dứt tất cả những gì chúng ta ràng buộc với, dù đó là đồ đạc, khuôn mặt của bạn, lý tưởng của bạn, và vân vân - thì bạn vừa đem cái tận đằng xa gọi là cái chết vào hành vi tức thời của đời sống, có nghĩa là chấm dứt sự ràng buộc của chính mình. Như thế, chết có nghĩa là một sự tân tạo hoàn toàn - bạn hiểu chứ? một sự tân tạo của cái tâm đã từng bị câu thúc trong quá khứ. Như thế tâm trở nên sinh động lạ thường, nó không còn sống trong quá khứ.

Nếu tâm có thể làm được hành động này, một hành động phi thường, chấm dứt hoàn toàn mọi ràng buộc mỗi ngày, thì từng ngày và từng phút bạn đang sống chung với sự sống và cái chết.

Từ đây khởi sinh một vấn đề: Nếu bạn không làm được điều này thì chuyện gì xảy ra? Bạn hiểu chứ? Bạn bảo: con tôi không thể làm được chuyện này, hoặc bạn tôi, em tôi không thể làm được chuyện này; ông làm được, còn tôi thì không. Ông đã ứng dụng, tin tấn, chuyên chú, ông đã hiểu điều này một cách căn bản, triệt để, ông không còn tùy thuộc vào bất cứ gì nữa. Chấm dứt tất cả những tùy thuộc đó, ràng buộc đó, *ngay tức thời*: đó là chết. Lúc đó chuyện gì xảy ra cho những ai không hiểu được trí tuệ đó, sự xuất sắc tối thượng của hành đông đó?

Như bạn biết, hầu hết mọi người sống trong quá khứ, sống một cách không suy nghĩ, sống một cách vô nghĩa lý. Chuyện gì xảy ra cho họ? Bạn vừa bước ra khỏi giòng sống đó, có nghĩa là bạn có tâm bi, bạn biết mình đang làm gì, và biết rõ mọi ý nghĩa của quá khứ, hiện tại, và tương lai, và tất cả những thứ liên quan. Còn tôi thì không, thậm chí tôi cũng không nghe bạn, mà tôi cũng chẳng cần, tôi chỉ muốn vui chơi, tôi chỉ muốn thỏa thích, đó là tất cả những gì tôi quan tâm. Có thể tôi sợ chết, nhưng tôi có một đức tin để yên tâm là tôi sẽ tái sinh trong kiếp sau, hoặc rốt cuộc thì tôi cũng lên thiên đường. Vậy chuyện gì xảy đến với tôi? Quan hệ giữa bạn với tôi là gì? Bạn, người đã hiểu rõ tất cả những điều này, nên có tâm từ, và hành vi của bạn mang tính trí tuệ siêu việt nên xuất chúng, còn tôi không quan tâm đến những điều bạn đang nói, đang làm, đang viết, đang nghĩ; tôi trầm luân trong giòng sống này như hầu hết mọi người. Chỉ một số ít bước ra khỏi giòng sống đó. Quan hệ giữa bạn và kẻ đang ở giữa giòng ấy là gì? Liệu bạn có quan hệ nào không, hay hoàn toàn không có? Làm sao bạn có thể có quan hệ với những người mê trong khi bạn tỉnh? Có thể là bạn từ bi, có lòng tốt, độ lượng, và tất cả những thứ còn lại, nhưng bạn không có một quan hệ nào. Vậy bạn có thể làm được gì?

Nếu đã ra khỏi giòng, thì trách nhiệm của bạn là sống cuộc sống đó. Đừng làm *gương*. Nếu làm gương cho người khác thì lúc đó bạn trở thành một người chết, lúc đó bạn có tín đồ, và trở nên có uy quyền, lúc đó bạn chính là cốt lõi của sự hủy diệt, bạn chính là nguyên nhân của giòng sống đó. Lúc đó bạn sẽ làm gì? Bạn có một trách nhiệm là hành động một cách trí tuệ. Vì bạn đã thấy rõ toàn thể vấn đề, nhận thức được yếu chỉ của tất cả những điều chúng ta vừa nói đem lại trí tuệ đó, và theo trí tuệ đó bạn hành động. Không vì "tôi thích" hay "tôi không thích." Mà đó là trách nhiệm.

ೞೋ

Saanen - 30 tháng 7 năm 1976

Krishnamurti: Nếu các bạn muốn, chúng ta hãy bàn về cái chết. Chết là một vấn đề vô cùng to lớn, các bạn hiểu chứ? Các bạn có thực sự muốn đi vào vấn đề này?

Chúng ta sẽ đối thoại về cái chết - đối thoại có nghĩa là một cuộc nói chuyện, một cuộc tìm hiểu giữa hai người bạn, hoặc giữa hai hay một vài người cùng quan tâm về một vấn đề, không phải chỉ là lý thuyết suông mà thực sự muốn tìm ra chân lý. Như thế là chúng ta tìm hiểu, chứ không phát biểu một cách giáo điều về một điều gì. Khi tìm hiểu một cách đúng đắn, chúng ta sẽ phát hiện ra sự thật của vấn đề. Để tìm hiểu một cách đúng đắn, cần phải có tự do. Nếu sợ chết thì tôi không thể tìm hiểu vì nỗi sợ hãi sẽ làm thiên lệch sự tìm hiểu của tôi. Bạn rõ chứ? Hoặc nếu tôi có sẵn một sự tin tưởng về cái chết và kiếp sau thì sự tin tưởng đó cũng làm cho sự tìm hiểu của tôi sai lạc.

Tìm hiểu một vấn đề của nhân loại, như cái chết, một vấn đề vô cùng phức tạp thì cần phải có tự do để quan sát. Bạn không thể quan sát hay tìm hiểu nếu có sẵn tiên kiến, đức tin, hy vọng hay sợ hãi. Muốn tìm hiểu một cách thật nghiêm túc thì không thể nào có tiên kiến, vì tiên kiến bóp méo sự việc; mà cũng không có sợ hãi, không mong cầu sự an tâm, hay hy vọng, không có một thứ nào như thế. Tâm phải hoàn toàn rỗng rang để quan sát. Đó là điều trước tiên cần có để phát hiện một điều gì.

Mọi con người đều mong ước một sự tiếp tục. Người Ai cập cổ đại thực hiện sự mong ước của họ theo cách này, còn con người hiện đại thì làm theo một cách khác; họ chôn cất hay hỏa thiêu người chết, nhưng hy vọng một cái gì đó vẫn tiếp tục. Mỗi con người đều có sự đòi hỏi chắc chắn là phải có một sự tiếp tục nào đó. Có phải thế không? Sự đòi hỏi đó có trong bạn, có đúng không? Hãy nhìn vào sự việc. Vậy thì cái gì tiếp tục? Có cái gì tiếp tục mãi không? Có cái gì thường hằng? Hay tất cả đều vô thường?

Bạn hiểu câu hỏi của tôi? Tôi phải tìm cho ra. Trước khi đi vào vấn đề cái chết, tôi, hay bạn, một con người, phải tìm xem có cái gì thường hằng, tiếp tục. Tiếp tục là hàm ý thường hằng. Liệu có gì trong bạn - một con người - có một sự tiếp tục?

Người đối thoại: Đó là lòng mong cầu sự tiếp tục.

Krishnamurti: Không đâu ông bạn, hãy cẩn thận. Ngoài lòng mong cầu, có cái gì thường hằng - thường hằng là tiếp tục, nghĩa là một chuyển động không có sự chấm dứt?

Người đối thoại: Có thể.

Krishnamurti: Không, không có thể. Trước tiên hãy quan sát. Có sự mong cầu tiếp tục - mong ước là cảm xúc, rồi đến ý nghĩ là sự mong cầu, và mong cầu tạo nên hình ảnh. Ông bạn thấy được chuỗi tương quan - cảm xúc, ý nghĩ, mong cầu, và sự tạo thành hình ảnh. Ngoài sự mong cầu, có cái gì là thường hằng, có nghĩa là không hề bị chi phối bởi thời gian? Điều chúng ta muốn nói về sự thường hằng là: thời gian không thể thay đổi nó, và vì thế nó là một chuyển động liên tục. Có cái gì trong con người là thường hằng?

Người đối thoại: Sự tiếp tục hàm ý thời gian.

Krishnamurti: Đúng thế, thưa ông. Sự tiếp tục có nghĩa là thời gian, đồng thời nó cũng có nghĩa là phi thời gian.

Nếu nó tiếp tục ngay từ khởi thủy, không bao giờ chấm dứt thì nó siêu vượt thời gian. Khoan đã. Tôi chưa muốn tìm hiểu cái đó. Có cái gì trong con người, trong bạn, trong tôi là thường hằng?

Người đối thoại: Cảm nhận về sự tồn tại, về cái tôi.

Krishnamurti: Cảm nhận về sự tồn tại, cảm nhận về cái tôi - cái tôi và cảm nhận về sự sống, từ lúc ấu thơ cho đến khi chết – tồn tại, cảm nhận về sự sống. Ông kia bảo "Tôi" là sự thường hằng, có người vừa bảo thế. Vậy cái "Tôi," cái "Ta" là gì? Cái *psyche* là gì, tính cách con người là gì? Hãy nghiêm túc! Không nên xem thường điều này; nếu bạn thực sự muốn đi vào vấn đề này thì cần phải thật nghiêm túc.

Người đối thoại: Ý nghĩ là ký ức.

Krishnamurti: Bạn bảo ý nghĩ là ký ức. Bạn lập lại điều này vì đã nghe ai đó nói, hay đó là sự thật đối với bạn? Xin hãy lắng nghe. Chúng ta đang đối thoại, hay đang tìm hiểu cái "Tôi" là gì - cái "Tôi" là sự cảm nhận rằng bạn đang sống, đang tồn tại. Cái "Tôi" ấy là gì? Cái "Tôi" ấy có thường hằng không? Người Ấn độ thời cổ cho rằng cái "Tôi" đó tiến hóa, từ đời này sang đời khác cho đến khi đạt đến sự toàn hảo, có nghĩa là nguyên lý tối thượng, hay *Brahman* - Đại ngã. Như thế cái "Tôi" đó có một sự tiếp tục cho đến khi hoàn thiện tự thân và nhập vào nguyên lý tối thượng. Đó là quan niệm về luân hồi. Luân hồi - hãy lắng nghe - từ ngữ *luân hồi* có nghĩa là tái sinh nhiều lần. Ở đây, chúng ta đang hỏi cái "Tôi" đó là gì? Cái "Tôi" đó có thường hằng không? Đừng lập lại bất cứ điều gì mà chính mình không tự tìm ra. Như thế bạn chỉ viện dẫn những gì người khác nói. Điều đó chẳng có giá trị. Cái "Tôi" có thường hằng không? Còn có nghĩa cái "Tôi" đó là gì? Nó được hình thành như thế nào? Có phải nó là một thực thể tâm linh, nên tiếp tục, hay nó chỉ là cái xổi thì, một sự sinh diệt và thay đổi không ngừng? Liệu thực chất của nó là một thực thể tâm linh thuộc về một tiến trình phi vật chất? Hay nó là một tiến trình vật chất? Tiến trình vật chất là ý nghĩ, là vật chất, được hình thành qua vô số các sự kiện, những tình cờ, những ấn tượng, và ảnh hưởng của môi trường và gia đình. Tất cả những thứ đó là một tiến trình vật chất được hình thành bởi ý nghĩ. Ý nghĩ bảo "Ta khác với ý nghĩ." Cái "Tôi" và ý nghĩ tự tách rời nhau và bảo, "Ý nghĩ sẽ tiếp tục, ý nghĩ của tôi sẽ tiếp tục." Phải thế không?

Bạn phải khám phá cho chính mình, trong sự tìm hiểu về cái chết này, xem có cái gì thường hằng hay là mọi thứ luôn luôn biến dịch. Tất cả mọi thứ, cả tiến trình vật chất lẫn cái ý tưởng cho rằng bạn là một linh hồn, cả hai luôn luôn biến dịch - biến dịch có nghĩa là thời gian, thời gian là từ đây đến kia, tính theo niên đại; thời gian cũng còn là sự cấu thành cái *psyche*. Biến dịch, vậy có cái gì là thường hằng hay tất cả mọi thứ trong con người đều trải qua những đổi thay?

Người đối thoại: Vẫn có một cái gì đó thường hằng.

Krishnamurti: Ông bạn này bảo rằng chúng ta là một cái gì đó thường hằng, và đôi khi trong cuộc sống có một nhận thức hay một sự kiện siêu vượt thời gian, và sự kiện đó là thường hằng. Đó là điều mà ông bạn vừa rồi nói. Khi điều đó xảy ra, nếu nó trở thành một ký ức...

Người đối thoại: Thưa ông, nó không phải một ký ức.

Krishnamurti: Hãy khoan, nghe tôi nói. Tôi bảo nếu nó trở thành một ký ức thì đó là một tiến trình vật chất, và ông bạn có thể gọi nó là thường hằng. Nếu trạng thái lạ thường phi thời đó xảy ra, và nếu nó không phải là một ký ức, thì câu hỏi là: Liệu nó có tiếp tục? Nghĩa là bạn có một kinh nghiệm về một cái gì đó - Thậm chí tôi cũng không muốn dùng chữ kinh nghiệm ở đây - mà là sự xảy ra của một cái gì đó ngoài thời gian, nếu chưa được ghi nhận như một ký ức thì nó vẫn còn ngoài thời gian. Ngay khi được ghi nhận thì nó được thời gian tạo ra. Điều này thật đơn giản. Liệu sự xảy ra đó là một cái gì tiếp tục? Hay nó chấm dứt? Nếu tiếp tục thì nó thuộc về thời gian. Hãy lắng nghe, tôi đã dẫn nhập rất thận trọng vì chúng ta sắp sửa đi vào một vấn đề đòi hỏi rất nhiều chú ý, và tính bén nhạy thực sự để tìm ra. Câu hỏi của chúng ta là liệu có gì thường hằng? Câu hỏi được đặt ra để các bạn trả lời.

Người đối thoại: Chúng ta muốn một cái gì đó thường hằng.

Krishnamurti: Lòng ham muốn sự thường hằng - ngôi nhà vĩnh cửu của tôi, danh xưng bất diệt của tôi, hình tướng thường hằng của tôi, tất cả ký ức, và ràng buộc, chúng ta muốn tất cả những thứ đó thường hằng. Tất cả mọi bảo đảm đều đặt trên sự thường hằng. Chúng ta phải tìm ra cho chính mình xem có cái gì là thường hằng.

Hãy quan sát. Theo tôi, chẳng có gì là thường hằng - Tôi không hề có ý định áp đặt quan điểm này lên bạn - không có gì là thường hằng. Thế thì chết là gì nếu có sự tiếp tục của cái "tôi," cái "tôi" với tất cả cơ cấu của nó được ý nghĩ tạo nên, ý nghĩ có nghĩa là ngôn từ, ngôn từ là danh xưng, danh xưng gắn liền với hình tướng? Danh xưng, hình tướng của thân xác này, cơ thể này, và toàn thể cơ cấu của cái *psyche* đều được ý nghĩ tạo ra, rõ ràng là như thế. Bạn có nhận ra điều đó không? Hay là bạn bảo, "Ồ không, có một cái gì đó tâm linh hơn nhiều ở phía sau nó"? Nếu có một cái gì đó tâm linh hơn nhiều ở phía sau nó, và nếu bạn cho rằng cái đó tồn tại, thì cái đó vẫn là một phần của ý nghĩ. Bạn hiểu chứ? Nếu bạn nói rằng đằng sau tấm màn thời gian - một cách diễn tả khá hay - có một cái gì đó hoàn toàn vô thời thì có nghĩa là bạn đã nhận ra nó qua tiến trình hồi tưởng, có phải thế không? Nếu các bạn đã nhận ra nó qua tiến trình hồi tưởng thì nó là một phần của ký ức. Mà đã là ký ức thì nó phải là một tiến trình vật chất của ý nghĩ. Nếu cái gì đó đằng sau tấm màn thời gian là chân thật, do đó bất khả tư nghì thì bạn không thể *biết*. Khi khẳng định có một cái gì đó tâm linh, một thực thể tâm linh thì bạn đã làm nó nhiễm ô, và do đó nó không còn là tâm linh nữa. Một khi đã nắm vững điều này thì bạn sẽ thấy. Bạn sẽ thấy đây chỉ là một trò lừa phỉnh xưa cũ mà rất đông người theo Ấn giáo tin rằng có Thượng đế, Đấng *Brahman* trong mỗi người, và tất cả những gì cần làm là lột bỏ từng lớp như lột vỏ hành. Bạn hiểu chứ? Điều này có nghĩa là: bạn vừa tạo nên một Thượng đế trong chính mình bằng ý nghĩ, rồi ý nghĩ bảo, "Ta phải đến được với Thượng đế, vậy cứ để cho ta hành động."

Vậy nếu toàn thể ý nghĩ là một tiến trình vật chất thì bất cứ gì mà nó tạo ra cũng chỉ là một tiến trình vật chất, dù cho ý nghĩ bảo: "Có một cái tôi thường hằng," thì cái tôi đó vẫn là một phần thuộc cơ cấu của ý nghĩ. Vậy một sự chấm dứt, hay chết là gì? Không rõ bạn có theo kịp tất cả những điều trên. Hãy lắng nghe, quan sát, đừng trả lời tôi, quan sát trước khi bạn trả lời. Vì hầu hết chúng ta mong cầu một sự tiếp tục nên chúng ta sợ chết, vậy chuyện gì xảy ra khi có một sự chấm dứt gọi là cái chết?

Để tôi diễn đạt một cách thật đơn giản. Một người bình thường bảo "Tôi phải tiếp tục. Tôi rất sợ chết." Nhưng *có* một sự chấm dứt. Tôi chết. Có thể tôi không muốn chết. Tôi có thể khóc trước cái chết, tôi có thể chống trả cái chết nhưng nó vẫn là một điều bất khả tránh. Tôi hỏi, như thế khi có lòng mong cầu sự tiếp tục và vẫn có một sự chấm dứt thì chuyện gì xảy ra?

Có cái chết của thân xác, và có cả cái chết của cái *psyche*. Chúng liên đới với nhau, tinh thần và thể chất, tất cả những chuyện như thế. Một người bảo "Tôi phải tiếp tục. Tôi muốn tiếp tục; đó là cuộc sống của tôi. Xin hãy vì Thượng đế mà giúp tôi, vì ước vọng duy nhất của tôi là tiếp tục." Và tôi lên tiếng "Được rồi, ông bạn, chuyện gì xảy ra khi sự chấm dứt bất khả tránh đó đến? Sự chấm dứt có thể là bằng tai nạn, bệnh tật, đủ mọi hình thức chấm dứt, lúc đó chuyện gì xảy ra? Muốn biết chuyện gì xảy ra, bạn phải tìm xem cái *psyche*, cái "tôi" là thường hay vô thường? Nếu nó là vô thường thì vào lúc chấm dứt, chuyện gì xảy ra?" Hãy khoan trả lời! Nhìn vào sự việc! Tìm ra cho chính mình! Đây là điều vô cùng quan trọng vì con người bảo rằng: "Ta phải tìm ra sự bất tử." Người Ai cập cổ tìm sự bất tử trong các ngôi mộ qua sự tiếp tục của đời sống hàng ngày một cách vĩnh cửu. Nếu đã từng tham quan hoặc đọc qua tài liệu về các ngôi cổ mộ của người Ai cập, bạn có thể biết được ước muốn của họ là phải được tiếp tục hàng ngàn cho đến hàng triệu năm. Thung lũng sông *Nile* được bảo vệ - sa mạc ở hai bên bờ - và nó cho người Ai cập một cảm giác về sự thường hằng, và sự thường hằng đó được họ diễn dịch thành một cuộc sống liên tục. Bạn có thể đọc sách về vùng này, hoặc nếu muốn, có thể đến tham quan. Người Ấn giáo cổ bảo rằng cái ngã, dù vô thường nhưng vẫn tiếp tục cho đến khi đạt đến nguyên lý toàn hảo, nguyên lý tối thượng, nghĩa là *Brahman*. Họ còn nói Thượng đế ở trong mỗi con người, và qua vô số lần hiện thân con người sẽ toàn thiện cái ngã cho đến khi nó đạt đến nguyên lý tối thượng. Còn người Thiên chúa giáo có cách riêng của họ như phục sinh và tất cả những thứ như thế.

Là một con người, tôi muốn tìm ra, dù mong cầu sự tiếp tục, tôi vẫn biết chết là điều bất khả tránh. Bất khả tránh vì rõ ràng là dù bạn có thích hay không thì nó vẫn có đó. Và tôi tự nhủ, chuyện gì xảy ra khi có một sự chấm dứt?

Người đối thoại: Một cú sốc lớn

Krishnamurti: Đó không phải câu hỏi của tôi, thưa ông bạn. Chúng ta sẽ thảo luận theo một cách khác. Ông bạn đã không trả lời vào câu hỏi của tôi vì ông bạn không đối diện nó; ông bạn không nhìn vào nó, không ghé răng vào nó để tìm ra.

"Tôi muốn tiếp tục; đó là hy vọng, nỗi khao khát và sự mong chờ của tôi. Tám mươi năm qua tôi đã tiếp tục với gia đình tôi, với đồ đạc của tôi, với sách vở của tôi, với tất cả những thứ tôi tích lũy suốt tám mươi năm, vậy hãy làm ơn cho tôi thêm một ngàn năm nữa với cũng những thứ như thế." Nhưng cái chết xuất hiện và bảo "Không đâu, ông bạn, ông bạn sẽ chết." Chuyện gì xảy ra sau đó? Con người mong cầu sự tiếp tục, nhưng vẫn có một sự chấm dứt. Sự tiếp tục là tất cả những gì mà tâm con người đã tích lũy: kiến thức, đồ đạc, ý tưởng, ràng buộc, tài sản, đức tin, thần thánh. Tôi muốn tất cả những thứ đó tiếp tục cho đến bất tận. Nhưng cái chết xuất hiện và bảo: "Chấm dứt nó." Vậy tôi hỏi, cái gì chấm dứt?

Người đối thoại: Cái *psyche*.

Krishnamurti: Ông bạn có chắc không? Xin hãy cẩn thận, đừng suy diễn. Tôi thật sự không muốn thảo thuận điều này hoặc đi sâu vào vấn đề với nhiều người, vì họ không nghiêm túc. Vấn đề đòi hỏi rất nhiều nghiêm túc, không phải lúc nào cũng đối đáp bằng ngôn từ. Tôi đã nói là lòng ham muốn khởi sinh qua cảm xúc và ý nghĩ; rồi ý nghĩ, cũng là lòng ham muốn, có một cái tên, là K chẳng hạn; hình tướng của K, cùng với toàn thể nội dung của ý thức - được ý nghĩ dựng lập - là cái mà tôi muốn tiếp tục. Tôi muốn ý nghĩ với tất cả nội dung của nó, với tất cả ràng buộc của nó, với tất cả đau đớn, với tất cả đau khổ, với tất cả khốn khó và điên đảo của nó; đó là *cái* mà tôi muốn tiếp tục.

Khi thân xác vật lý này chết đi, và tiến trình vật chất, tức là cơ cấu của bộ óc, có nghĩa là tiến trình tư duy cũng chết. Bạn hiểu không? Không biết bạn có thấy được điều này.

Người đối thoại: (Nói nhỏ không nghe rõ)

Krishnamurti: Thưa ông bạn, Tôi là thế gian này, và thế gian này là tôi. Đây là một thực tế. Có phải không? Thế gian này là tôi không phải một ý tưởng, không phải một lý thuyết, mà là một hiện thực. Tôi là thế gian này và thế gian này là tôi cũng thật như tôi cảm thấy đau khi bị kim đâm vào người. Cái "tôi" được ý nghĩ tạo ra. Đó là một tiến trình vật chất. Ý nghĩ là vật chất, một tiến trình vật chất vì nó là phản ứng của ký ức được cất giữ trong bộ óc thành kiến thức, như thế khi bộ óc chết đi, tiến trình vật chất chấm dứt. Lúc đó chuyện gì xảy ra? Các bạn hiểu câu hỏi của tôi?

Người đối thoại: Tiến trình vật chất chấm dứt.

Krishnamurti: Thưa bà, tôi xin phép được chỉ ra mà không có ý thô lỗ, rằng khi nói tiến trình vật chất chết, thế bà đã chết nó *ngay bây giờ* chưa? Chứ không phải đợi cho đến khi cái chết đến. Bà hiểu chứ? Tôi sẽ chỉ cho bà xem.

Tôi là thế gian này, và thế gian này là tôi. Ý thức của tôi là ý thức của thế gian này. Nội dung ý thức của tôi cũng là nội dung ý thức của thế gian này. Nội dung đó được ý nghĩ tạo thành - đồ đạc của tôi, tên tôi, gia đình tôi, tài khoản của tôi, đức tin của tôi, giáo điều của tôi - tất cả những thứ đó là ý thức của tôi, cũng còn là ý thức của thế gian này. Nếu không thấy được điều đó thì bạn không thể đi xa hơn trong những gì chúng ta đang tìm hiểu. Rồi ý thức đó, cũng là một tiến trình vật chất, đi đến chỗ chấm dứt vì cơ thể này sẽ ngã xuống do bệnh tật, tai nạn, vân vân; do đó bộ óc sẽ hư hoại, và tiến trình tư duy đi đến chỗ chấm dứt. Tiến trình tư duy - đã tạo nên cái ngã, cái "tôi" - đi đến chỗ chấm dứt. À, ông bạn không chấp nhận điều này. Vậy tôi hỏi liệu có thể nào ngay bây giờ (con người) chết đi tất cả những gì mà ý nghĩ đã dựng lập thành ý thức, cũng là tôi, và thế gian này? Không rõ bạn có hiểu câu hỏi của tôi?

Người đối thoại: Chúng tôi không thể chấp nhận điều ông nói. Đó là sự hủy diệt.

Krishnamurti: Ông bạn bảo "Chúng tôi không thể chấp nhận điều đó vì nó có nghĩa là sự hủy diệt hoàn toàn." Chúng tôi không thể chấp nhận điều đó; tại sao lại không, nếu đó là sự thật? Đó là lý do tại sao bạn muốn một cái gì đó thường hằng. Bạn muốn một cái gì đó không bao giờ chấm dứt, tức là chính bạn, với tất cả những khốn khổ, và những thứ như thế. Vậy tôi tự nhủ "Vì tôi là thế gian này và thế gian này là tôi, ý thức của tôi là ý thức của thế gian này, và tất cả nội dung của ý thức đó - tạo thành ý thức - được dựng lập bởi ý nghĩ; đức tin, giáo điều, nghi thức, tất cả mọi thứ đều được ý nghĩ dựng lập." Tôi tự hỏi, "Liệu tất cả những thứ đó có thể chết đi ngay bây giờ, không phải năm mươi năm nữa, mà *ngay bây giờ?*" Điều này có nghĩa, liệu nội dung của ý thức có thể trút bỏ chính nó ngay bây giờ? Ông bạn hiểu chứ? Có nghĩa chết là *ngay bây giờ* chứ không phải năm mươi năm nữa.

Khi bạn chết đi, thân xác sẽ hư hoại và bộ óc chấm dứt. Tất cả nội dung ý thức của bạn không thể tiếp tục như hiện nay vì nó là một tiến trình tư duy. Như vậy tôi hỏi tôi, và bạn - tôi hỏi bạn, không phải tôi, tôi hỏi bạn như một con người - thấy được lý lẽ của tất cả điều này, cái *logic* của nó, do đó vượt ra khỏi cái *logic* và sự thật của nó, rằng bạn là thế gian này và thế gian này là bạn, cũng như ý thức của bạn là ý thức của thế gian, khi bạn thấy được điều này, thấy biết một cách rõ ràng thì liệu lúc đó tất cả

106

những gì được ý nghĩ tạo ra có thể đi đến chỗ chấm dứt, *ngay bây giờ*, chứ không phải chờ đến năm mươi năm nữa? Bạn có hiểu câu hỏi của tôi? Xin nhớ rằng điều này rất nghiêm túc.

Bạn hãy để ý xem, một phần ý thức của tôi là những gì tôi tin. Đức tin là một phần ý thức của tôi. Qua thế gian này người ta tin vào một cái gì đó: Thượng đế, Nhà nước toàn hảo, kinh nghiệm của chính mình, *Jesus*, hay Đức Phật. Có đức tin là yếu tố chung của nhân loại. Đức tin đó do ý nghĩ dựng lập, có nghĩa là một tiến trình vật chất. Liệu bạn có thể chấm dứt đức tin đó *ngay bây giờ* như bạn cũng sẽ làm như thế vào lúc chết? Bạn theo kịp chứ? Chấm dứt sự tin tưởng của bạn vào bất cứ gì ngay lập tức, và thử xem chuyện gì xảy ra; đừng nói rằng: "Tôi sợ buông bỏ các đức tin của tôi vì chúng đem đến cho tôi sự an toàn." Bạn tìm kiếm an toàn trong ảo tưởng, do đó chẳng hề an toàn. Liệu bạn có thể chết đi sự an toàn đó ngay bây giờ? Chỉ khi đó bạn mới có thể trả lời cái gì sẽ xảy ra kế tiếp. Nhưng trước khi trả lời cái gì xảy ra kế tiếp, bạn phải hành động. Ngôn từ không phải hành động, lý thuyết không phải hành động. Khi nhận thức được rằng đức tin là một trong những yếu tố chung nhất trong sự mong cầu của con người - và *đó* là một ảo tưởng vì nó được ý nghĩ dựng lập - thì liệu chúng ta có thể chết đi đức tin?

Liệu bạn có thể chết đi đức tin, không phải một đức tin cá biệt nào đó, mà là *đức tin*? Hầu hết mọi người có lý tưởng, và có hiện tượng lạ lùng là bất cứ nơi nào trên thế gian này mà bạn đến người ta đều có lý tưởng, bất kể đó là gì, cao thượng hay thấp hèn, thiết thực hay không. Rõ ràng là lý tưởng được ý nghĩ tạo ra; đó là một tiến trình vật chất đối nghịch với cái tôi *là*. Vậy bạn có thể chết đi lý tưởng?

Nếu không chết đi đức tin, lý tưởng thì không thể nào bạn trả lời được câu hỏi kế tiếp mà chúng ta muốn tìm ra trước khi chết. Đức tin, lý tưởng là cái mà chúng ta bám víu, bạn hiểu chứ. Nếu sự thật này [về cái chết] được nói ra, ngôn từ hóa, và phổ biến thì tất cả các bạn đều tin vào nó. Và nó trở thành thô tục. Tôi dùng chữ *thô tục* theo nghĩa thông thường mà hề không có ý xúc phạm hay phỉ báng. Rồi nó trở thành một đức tin, và tất cả chúng ta đều vui mừng. Nhưng chết thì không biết - bạn hiểu chứ? Không, bạn không hiểu. Chúng ta chỉ nói về các sự kiện thực tế, không phải lý thuyết, không phải những ý tưởng được phóng chiếu có tính trấn an hay cao thượng, chúng ta đang đề cập đến những thực tế của đời sống hàng ngày. Đời sống hàng ngày của chúng ta được hình thành bởi những thứ do ý nghĩ tạo ra. Ý nghĩ là một tiến trình vật chất.

Nói một cách khác. Một con người không đoạn trừ được những đau khổ, khốn khó và đảo điên của chính mình thì hắn cũng như phần còn lại của thế gian. Hắn chết đi, nhưng đau khổ, đảo điên, khốn khó, như một cánh đồng mênh mông vẫn tiếp tục. Đây là một thực tế. Như khối nước khổng lồ của một con sông lớn, nỗi đau khổ mênh mông của con người cũng thế. Vậy hãy vì Thượng đế mà thấy những điều này. Nào là bạo lực, hận thù, ghen ghét; đó là một giòng chảy mênh mông. Nhân loại chúng ta là một phần của giòng chảy đó. Nếu tôi không chết đi được cái giòng chảy đó thì nó vẫn luân lưu; giòng chảy cũng là thế gian này sẽ tiếp tục luân lưu. Vậy ai bước ra khỏi giòng chảy đó, con người nào bước ra khỏi giòng chảy đó sẽ biết được những gì bên kia cái "đang là." Chừng nào còn ở trong giòng chảy đó, chân trong chân ngoài, đùa giỡn - như hầu hết chúng ta làm - thì không bao giờ bạn có thể biết được những gì bên kia cái chết. Điều này có nghĩa người ta phải chết đi tất cả mọi thứ mà không có một hy vọng nào. Bạn hiểu tất cả điều này? Đó là một trong những điều khó khăn nhất. Người chết đi được tất cả thì sẽ biết thế nào là vĩnh cửu. Bạn hiểu chứ?

Người đối thoại: (nói không rõ)

Krishnamurti: Này ông bạn, ông bạn vừa trở lại với lý thuyết. Hãy chú ý. Ông bạn biết đấy, giữ được sự chú ý tuyệt đối cho đến lúc cuối cùng trong một cuộc nói chuyện hay thảo luận, hoặc tìm hiểu một vấn đề là một trong những điều khó khăn nhất. Chỉ một số ít người có thể làm điều này. Đây là một vấn đề đòi hỏi tất cả sự chú ý của bạn, không phải bằng ngôn từ hay lý thuyết suông, hoặc tất cả những thứ như thế mà là sự chú ý liên tục. Một số ít người có thể làm điều này, và cũng chẳng có bao nhiêu người muốn làm. Họ có thể làm, nhưng lại quá lười biếng, quá thờ ơ. Nếu thực sự có nhiệt tâm, bị điều này thu hút, và muốn tìm cho ra thì bạn cần chú ý tuyệt đối, do đó không còn bàn luận mà chỉ tiến bước, tiến bước và tiến bước mà không cần biết mình đang đi đâu. Đó chính là chết. Khi bạn chết có nghĩa là tất cả những gì bạn biết chấm dứt. Vậy có thể nào ngay bây giờ bạn chết đi được những gì đã biết? Nếu được thì bạn sẽ tìm ra cho chính mình cái gì là chân lý, trong đó không hề có ảo tưởng, không có gì là cá nhân. Không phải chân lý của tôi hay chân lý của bạn. Mà là chân lý.

ಬಿಂದಿ

Madras - 9 tháng 12 năm 1958

Liệu có thể nào (chúng ta) sống với một cảm giác hài hòa, tuyệt mỹ, với một cảm giác mãn nguyện vô tận - đúng ra, tôi không nên dùng chữ mãn nguyện vì mãn nguyện đưa đến thất vọng - nhưng liệu có một trạng thái bất tận của hành động mà trong đó không hề có đau khổ, ăn năn, và cũng không có nguyên nhân để hối tiếc? Nếu có một trạng thái nào như thế thì làm sao một người có thể đạt đến? Rõ ràng là người ta không thể tạo ra nó. Một người không thể nói: "Tôi sẽ cảm thấy hài hòa," điều này hoàn toàn vô nghĩa. Cho rằng một người phải tự kiềm chế để cảm thấy hài hòa là một cách suy nghĩ không chín chắn. Trạng thái của sự hoàn toàn hợp nhất, của hành động vô phân biệt chỉ xuất hiện khi người ta không tìm kiếm nó, khi tâm không tự gò ép vào một lối sống rập theo khuôn mẫu.

Hầu hết chúng ta chưa tư duy nhiều về điều này. Trong mọi hành hoạt hàng ngày, chúng ta chỉ quan tâm đến thời gian, vì thời gian giúp chúng ta quên, thời gian hàn gắn những vết thương của chúng ta, dù chỉ tạm thời; thời gian còn làm tan biến những tuyệt vọng, và thất vọng. Bị câu thúc trong tiến trình thời gian, làm sao một người có thể đạt đến trạng thái phi thường trong đó không có mâu thuẫn, trong đó chính sự vận hành của cuộc sống là hành động hợp nhất, và cuộc sống thường nhật là hiện thực? Nếu mỗi người chúng ta tự đặt câu hỏi này cho chính mình một cách nghiêm túc thì tôi nghĩ chúng ta mới có thể cùng cảm thông để khai mở vấn đề; còn nếu bạn đơn thuần chỉ lắng nghe ngôn từ thì giữa chúng ta không hề có sự cảm thông. Chúng ta chỉ cảm thông lẫn nhau khi nào điều này là vấn đề chung. Lúc đó nó không phải chỉ là vấn đề của tôi mà tôi áp đặt cho bạn, hay là vấn đề mà bạn tìm cách diễn giải theo những tin tưởng và phong cách riêng. Đây là một vấn đề của toàn nhân loại, một vấn đề của cả thế giới, và nếu điều này rõ ràng đối với mỗi người trong chúng ta thì những gì tôi nói, những gì tôi suy nghĩ và cảm nhận sẽ đưa đến một tình trạng cảm thông và chúng ta mới có thể cùng nhau tìm hiểu vấn đề một cách thật sâu xa.

Vậy vấn đề là gì? Vấn đề rõ ràng là phải có một sự thay đổi lớn lao, không những ở mức độ nông cạn, trong những sinh hoạt bề ngoài của một người, mà còn sâu kín tận bên trong; phải có một cuộc cách mạng nội tâm để chuyển hóa cách suy nghĩ của mỗi người và đem lại một cách sống mà tự thân nó là hành động toàn diện. Tại sao một cuộc cách mạng như thế không xảy ra? Đó là một vấn đề dưới cái nhìn của một người. Vậy chúng ta hãy đi sâu vào chính mình và khám phá ra nguồn gốc của vấn đề này.

Nguồn gốc của vấn đề là sự sợ hãi, có phải thế không? Hãy nhìn vào vấn đề này để tìm ra cho chính bạn, mà đừng xem tôi như một diễn giả đang diễn thuyết trước một số người nghe. Tôi muốn đi vào vấn đề này cùng với bạn vì nếu bạn và tôi cùng khám phá thì chúng ta sẽ hiểu ra một điều gì đó là chân lý, rồi từ cái hiểu đó sẽ khởi sinh một hành động, không phải của bạn hay của tôi; và những ý kiến mà chúng ta tranh cãi bất tận sẽ không còn tồn tại.

Tôi cảm thấy có một sự sợ hãi căn bản cần phải được khai mở - một sự sợ hãi còn sâu đậm hơn cả nỗi sợ mất việc, sợ đi lạc đường, sợ bất an cả bên ngoài lẫn bên trong. Để đi sâu vào vấn đề, chúng ta phải bắt đầu với những sự sợ hãi mà chúng ta biết, những sự sợ hãi mà tất cả chúng ta ý thức. Tôi không cần phải nói với bạn những nỗi lo sợ đó là gì, vì bạn có thể quan sát chúng ngay trong chính mình: sợ dư luận, sợ mất con, mất vợ hay mất chồng qua cái kinh nghiệm đau buồn gọi là cái chết, sợ bệnh tật, sợ sự cô đơn, sợ không thành công, không thỏa mãn chính mình, sợ không thông đạt chân lý, Thượng đế, thiên đường, hay bất cứ gì khác. Những con người man dã chỉ có vài ba sự sợ hãi đơn giản, còn chúng ta có vô số nỗi lo sợ mà khi chúng ta càng trở nên "văn minh" thì sự phức tạp của chúng càng gia tăng.

Vậy sợ là gì? Có bao giờ bạn thực sự trải qua một sự sợ hãi chưa? Bạn có thể mất việc, bạn có thể là người không thành công, hàng xóm có thể nói bạn thế này thế nọ, và cái chết luôn luôn chờ bạn ở góc đường. Tất cả những thứ đó gieo rắc sợ hãi trong bạn, và bạn chạy trốn sợ hãi qua *yoga*, qua đọc sách, qua sự tin tưởng vào Thượng đế, qua vô số hình thức giải trí, và tất cả những thứ tương tự. Vậy tôi hỏi: Có bao giờ bạn thực sự trải qua sợ hãi, hay là tâm luôn chạy trốn nó?

Hãy quan sát nỗi sợ chết. Vì sợ chết, bạn dùng lý lẽ xua đuổi nỗi sợ chết rằng chết là điều bất khả tránh, rằng tất cả mọi thứ đều chết. Tiến trình lý giải này đơn thuần chỉ là một sự chạy trốn thực tế. Hoặc bạn tin vào luân hồi vì điều này làm cho bạn thỏa mãn và an tâm, nhưng nỗi sợ chết vẫn còn đó. Hoặc là bạn theo đuổi lối sống hiện sinh, quên đi quá khứ và tương lai mà chỉ quan tâm với hiện tại, nhưng nỗi sợ hãi vẫn còn.

Tôi hỏi có bao giờ bạn biết một nỗi sợ hãi thực sự chưa - không phải sự sợ hãi có tính cách lý thuyết mà tâm chỉ cảm nhận qua khái niệm. Có lẽ tôi diễn đạt không được rõ ràng. Bạn biết vị mặn của muối. Bạn đã trải qua đau đớn, dục vọng, ghen ghét và bạn biết rõ ý nghĩa của những từ ngữ này. Tương tự như thế, bạn có biết sợ hãi không? Hay là bạn chỉ có một *ý tưởng* về sự sợ hãi mà chưa bao giờ thực sự kinh nghiệm nó? Tôi diễn tả rõ ràng chứ?

Bạn sợ chết, và nỗi sợ ấy là gì? Bạn thấy tính bất khả tránh của cái chết, và vì không muốn chết nên bạn sợ nó. Nhưng chưa bao giờ bạn biết chết là gì mà chỉ phóng chiếu một ý nghĩ, một ý tưởng về nó. Có nghĩa là bạn sợ một ý tưởng về cái chết. Điều này khá đơn giản, và tôi không hiểu tại sao nó lại là một sự khó khăn đối với chúng ta.

Để thực sự nếm mùi sợ hãi, bạn phải hiện hữu hoàn toàn *với* nó, phải hoàn toàn ở *trong* nó mà không tránh né nó; bạn không được có những tin tưởng hay ý nghĩ về nó. Nhưng tôi không nghĩ rằng có nhiều người trong chúng ta đã nếm mùi sợ hãi như cách này vì chúng ta luôn luôn tránh né, trốn chạy nó. Chúng ta không bao giờ ở lại với nó, nhìn vào nó để tìm ra nó là gì.

Liệu tâm có thể sống với sự sợ hãi, là một phần của sự sợ hãi? Liệu tâm có thể đi vào cảm giác này thay vì né tránh hay trốn chạy nó? Theo tôi, cuộc sống của chúng ta đầy những mâu thuẫn phần lớn là vì chúng ta luôn luôn trốn chạy sự sợ hãi.

Thưa bạn, người ta biết rằng, nhất là càng về già người ta càng biết rõ rằng cái chết luôn luôn chờ đợi họ. Và bạn sợ chết, có phải thế không? Vậy làm sao bạn hiểu được sự sợ hãi đó? Làm sao bạn thoát ra khỏi nỗi sợ chết? Chết là gì? Chết là sự chấm dứt của tất cả những gì mà bạn biết. Đây là một thực tế. Liệu bạn có sống lại sau khi chết hay không thì không phải là vấn đề. Sống lại sau khi chết đơn thuần chỉ là một ý tưởng. Bạn không biết, nhưng vẫn tin vì sự tin tưởng làm cho bạn an tâm. Bạn chưa bao giờ thực sự đi vào vấn đề cái chết, vì chính cái ý nghĩ đi đến một sự chấm dứt, đi vào một cái gì đó hoàn toàn không biết đã là một nỗi kinh hoàng đánh thức sự sợ hãi trong bạn. Vì sợ hãi, bạn dựa vào vô số hình thức tin tưởng như là một phương tiện chạy trốn.

Hiển nhiên, để giải thoát tâm khỏi sợ hãi bạn phải biết chết là gì ngay trong khi thể lực và tinh thần còn sung mãn, còn làm việc, còn quán xuyến mọi chuyện. Bạn phải biết rõ bản chất của cái chết ngay trong khi đang sống. Đức tin không loại bỏ được sự sợ hãi. Bạn có thể đọc đủ loại sách nói về đời sống bên kia, nhưng điều đó vẫn không giải thoát tâm bạn khỏi sợ hãi, vì tâm quá quen thuộc với một điều, đó là sự tiếp tục với ký ức, do đó chính cái ý nghĩ đi đến sự chấm dứt đã là nỗi kinh hoàng. Sự thường xuyên hồi tưởng về những gì đã trải qua và hưởng thụ, tất cả những gì đã sở hữu, cái cá tính mà bạn đã tạo ra, lý tưởng, viễn kiến, kiến thức của bạn - tất cả những thứ đó đều đi đến chỗ chấm dứt. Làm sao tâm thoát khỏi sợ hãi? *Đó mới là vấn đề*, chứ vấn đề không phải là liệu có sự tiếp tục sau khi chết.

Nếu không còn sợ hãi sự chấm dứt thì chắc chắn tôi phải đi vào tận bản chất của cái chết. Tôi phải trải qua nó, tôi phải biết nó là gì: cái đẹp của nó, cái đặc tính vô cùng kỳ lạ của nó. Chết - đi vào một cái gì đó chưa bao giờ tưởng tượng ra, và hoàn toàn không biết - chắc chắn phải là một hành động phi thường.

Bây giờ, làm sao tâm trải qua, trong lúc còn đang sống, sự chấm dứt gọi là cái chết? Chết là chấm dứt. Chết là sự chấm dứt của thân xác và có lẽ của cả tâm. Tôi không bàn về chuyện có hay không có sự sống lại sau khi chết. Tôi chỉ quan tâm đến sự chấm dứt. Liệu tôi không thể chấm dứt trong lúc còn đang sống? Liệu không thể nào tâm tôi - với tất cả ý nghĩ của nó, hành hoạt của nó, ký ức của nó - đi đến chỗ chấm dứt trong lúc tôi đang sống, khi xác thân chưa tàn tạ vì lão suy, bệnh tật, hay bị một tai nạn cuốn đi? Liệu không thể nào tâm - cái đã xây dựng lên sự tiếp tục - đi đến chỗ chấm dứt, không phải đợi đến lúc lâm chung mà *ngay bây giờ*? Điều này có nghĩa là liệu có thể nào tâm thoát ra khỏi tất cả những huân tập của ký ức?

Bạn là một người theo Ấn giáo, một người Thiên chúa giáo, hay là bất cứ ai. Bạn được hình thành bởi quá khứ, phong tục, và truyền thống. Bạn là lòng tham, sự đố kỵ, niềm vui sướng, nỗi thích thú, sự thưởng thức một cái gì đó đẹp, nỗi đau khổ vì không được yêu, không được mãn nguyện - bạn là tất cả những thứ đó, có nghĩa là một tiến trình của sự tiếp tục. Hãy thử quan sát một hình thức của nó. Bạn ràng buộc với tài sản, với vợ chồng của bạn. Đây là một thực tế. Tôi không nói về sự buông bỏ. Bạn bị ràng buộc với những ý tưởng, với lối tư duy của bạn.

Vậy bạn không thể nào chấm dứt sự ràng buộc đó? Tại sao bạn bị ràng buộc? Đó là vấn đề, chứ vấn đề không phải là làm thế nào để tháo gỡ. Nếu tìm cách tháo gỡ thì đơn thuần bạn chỉ tạo ra sự đối nghịch, và do đó mâu thuẫn tiếp tục. Ngay khi tâm thoát khỏi sự ràng buộc, thì cũng là lúc nó không còn cái cảm giác tiếp tục bằng sự ràng buộc, có phải thế không? Vậy tại sao bạn bị ràng buộc? Vì bạn sợ rằng nếu không có sự ràng buộc bạn sẽ không là gì cả; do đó bạn *là* ngôi nhà, *là* vợ, *là* tài khoản ngân hàng, *là* công việc của bạn. Bạn là tất cả những thứ đó. Và nếu có sự chấm dứt cái cảm giác tiếp tục bằng sự ràng buộc, một sự chấm dứt hoàn toàn thì lúc đó bạn sẽ biết chết là gì.

Bạn hiểu chứ? Tôi thù hận, giả sử là như thế, và tôi ôm ấp sự thù hận này trong ký ức suốt nhiều năm, và không ngừng ray rứt với nó. Liệu tôi có thể chấm dứt sự thù hận ngay lập tức? Liệu tôi có thể buông bỏ nó bằng sự chung cuộc của cái chết?

Khi cái chết đến, nó chẳng cần xin phép bạn; nó đến và đưa bạn đi, nó kết liễu bạn ngay tại chỗ. Cũng như thế, liệu bạn có thể hoàn toàn buông bỏ hận thù, đố kỵ, lòng kiêu hãnh của sự chiếm hữu, mọi ràng buộc với đủ loại đức tin, ý kiến, ý tưởng, hay một lối tư duy riêng biệt nào đó? Liệu bạn có thể buông bỏ tất cả những thứ đó ngay lập tức? Không có vấn đề "làm thế nào để buông bỏ nó" vì đó vẫn là một hình thức khác của sự tiếp tục. Buông bỏ ý kiến, đức tin, sự ràng buộc, lòng tham lam, tính đố kỵ có nghĩa là chết đi - chết đi từng ngày, từng lúc. Nếu có sự chấm dứt của tất cả tham vọng từ phút này sang phút khác, lúc đó bạn sẽ biết được sự kỳ lạ của trạng thái không là gì cả, của một hành động vĩnh hằng đến bên hố thẳm - có thể cho là như thế - và buông rơi khỏi bờ vực, tức là chết.

Tôi muốn biết tất cả về cái chết, vì chết có thể là thực tại; chết có thể là cái mà chúng ta gọi là "Thượng đế," một cái gì lạ lùng nhất, sinh động và biến dịch nhưng vô thủy và vô chung. Vì vậy tôi muốn biết trọn vẹn về cái chết. Muốn thế tôi phải chết đi tất cả những gì đã biết. Tâm chỉ có thể biết cái không thể biết khi nào nó chết đi tất cả những gì đã biết - chết mà không một thôi thúc, không một hy vọng được phần thưởng hay lo sợ một sự trừng phạt. Lúc đó tôi có thể biết chết là gì ngay trong khi đang sống - và tự do vô úy có ngay trong chính sự khám phá này.

Có hay không có sự tiếp tục sau khi thân xác này chết đi là chuyện không quan trọng. Có tái sinh hay không cũng là chuyện tầm phào.

Theo tôi, sống không xa rời chết vì trong sống là có chết. Không hề có sự tách biệt giữa chết và sống. Một người biết cái chết vì tâm chết đi trong từng phút, và ngay trong sự chấm dứt đó - chứ không phải trong sự tiếp tục - có sự tân tạo, sự tươi mới, và tính hồn nhiên. Nhưng đối với hầu hết chúng ta, chết là điều mà tâm chưa bao giờ thực sự trải qua. Để chứng nghiệm cái chết ngay khi đang sống, thì mọi thủ đoạn của tâm - ngăn trở sự chứng nghiệm trực tiếp đó - phải chấm dứt.

118

Không rõ có bao giờ bạn biết tình yêu là gì? Theo tôi cái chết đi cùng với tình yêu. Cái chết, tình yêu, và cuộc sống là một và không khác. Nhưng chúng ta đã phân chia đời sống cũng giống như phân chia mặt đất này. Chúng ta nói về tình yêu như một cái gì đó xác thịt hay tâm linh và đặt ra một trận chiến giữa thiêng liêng và thế tục. Chúng ta đã phân chia tình yêu *là* gì với tình yêu *phải là*, vì thế chúng ta chẳng bao giờ biết thế nào là tình yêu. Tình yêu, chắc chắn, là một cảm xúc toàn vẹn mà không phải là cảm tính, và trong đó không có ý thức phân biệt. Nó là sự tinh khiết tuyệt đối của cảm xúc mà không có tính cách phân biệt và manh múm của tri thức. Tình yêu không có cảm nhận về sự tiếp tục. Ngay khi có cảm nhận về sự tiếp tục thì tình yêu đã chết, và nó có mùi vị của hôm qua với tất cả ký ức xấu xa, tranh cãi, và những thói thô bạo. Muốn yêu, người ta phải chết.

Chết là yêu - hai cái không tách rời nhau. Nhưng chớ để bị mê hoặc bởi những gì tôi nói. Bạn phải chứng nghiệm điều này, bạn phải biết nó, nếm nó, khám phá nó cho chính mình.

Nỗi lo sợ cô đơn, cô lập hoàn toàn; sự sợ hãi mình không là một cái gì cả chính là nền tảng, và gốc rễ của sự tự mâu thuẫn. Vì lo sợ mình không là gì cả, chúng ta bị phân thây bởi không biết bao nhiêu ước muốn, mỗi ước muốn lôi kéo về một hướng khác nhau. Đó là lý do tại sao, nếu tâm muốn biết một hành động toàn diện, phi mâu thuẫn - một hành động mà đi đến sở làm cũng giống như không đi đến sở làm, cũng giống như trở thành khất sĩ, cũng giống như thiền, cũng giống như nhìn ngắm bầu trời lúc hoàng hôn - thì phải hoàn toàn vô úy. Nhưng·không thể nào có được vô úy nếu bạn không trải qua sợ hãi, và bạn không thể thực sự trải qua sợ hãi một khi còn tìm cách chạy trốn nó. Thượng đế của bạn là nơi kỳ diệu để trốn tránh sợ hãi. Mọi nghi lễ, kinh điển, lý thuyết và đức tin chỉ ngăn trở kinh nghiệm sự sợ hãi. Bạn sẽ nhận ra rằng chỉ trong sự chấm dứt thì sợ hãi mới hoàn toàn biến mất - chấm dứt ngày hôm qua, chấm dứt những gì đã là, chúng chính là đất để sợ hãi bám rễ. Lúc đó bạn sẽ nhận ra tình yêu, cái chết và sự sống là một và không khác. Tâm chỉ tự do khi mọi huân tập của ký ức được xả bỏ. Sáng tạo ở trong sự chấm dứt, chứ không ở trong sự tiếp tục. Chỉ khi đó mới có một hành động toàn diện, đó là sống, yêu và chết.

ജ◯ഗ

Trích từ Những Nhận Xét về Cuộc Sống – Ấn bản thứ ba: Sống, Chết và Tái Sinh

Đó là một cây me cổ thụ, đầy những trái, và lá non mềm mại. Mọc bên bờ một giòng sông sâu, nên cây hưởng một lượng nước thật sung mãn, và tàn cây tạo nên một bóng mát vừa đủ cho cả thú lẫn người. Dưới bóng cây lúc nào cũng có một sự nhộn nhịp và ồn ào, tiếng người trò chuyện lớn tiếng, hay tiếng bê con gọi mẹ. Cấu trúc của cây cân đối một cách đẹp mắt, và hình dáng của nó trông thật lộng lẫy tương phản với nền trời xanh. Cây me có một sức sống trường xuân. Trải qua không biết bao nhiêu mùa hè, quan sát giòng sông và những diễn biến xảy ra hai bên bờ, chắc hẳn cây me đã chứng kiến rất nhiều chuyện. Giòng sông thật thù thắng, rộng và thiêng liêng; khách hành hương từ khắp các nơi trong nước đến tắm mình trong giòng nước thiêng của nó. Trên mặt sông, những con thuyền với những cánh buồm vuông vắn, thẫm mầu, di chuyển một cách thầm lặng. Khi mặt trăng lên đầy và có mầu gần như đỏ, tỏa ra một giải sáng mầu bạc trên mặt nước lung linh thì cũng là lúc có các cuộc vui chơi trong ngôi làng kế cận

121

và ngôi làng bên kia sông. Vào những ngày hội thiêng, dân làng kéo xuống mé nước hát lên những bài ca vui tươi và nhịp nhàng. Họ đem theo thức ăn, cùng vô số những câu chuyện phiếm và tiếng cười rộn rã; họ xuống tắm trong giòng sông, rồi sau đó đặt một vòng hoa ở gốc cây cổ thụ, rắc tro hồng và vàng quanh thân cây, vì cũng như tất cả các cây, cây cổ thụ rất linh thiêng. Cuối cùng khi tiếng trò chuyện và la hét im bặt và mọi người đều đã về nhà, chỉ còn lại một hai ngọn đèn cháy sáng do một dân làng sùng đạo nào đó để lại; những cây đèn gồm một cái bấc tự làm lấy đặt trên một đĩa nhỏ bằng đất nung chứa dầu mà người dân làng này phải khó khăn mới đủ tiền mua. Lúc đó cây cổ thụ trở nên cao cả, tất cả mọi thứ đều thuộc về nó: mặt đất, giòng sông, con người và các vì tinh tú. Lúc này, cây cổ thụ đang thu mình lại, ngủ thiếp đi cho đến khi được những tia sáng đầu tiên của mặt trời ban mai đánh thức.

Thường thì dân làng vẫn đem xác của người chết xuống bờ sông. Sau khi quét sạch chỗ đất sát mé nước, họ sắp xếp các khúc gỗ nặng trước, tạo thành nền của đài hỏa táng rồi chất lên những thân gỗ nhẹ hơn; xác người chết được đặt trên cùng và phủ bằng một số vải trắng mới. Người thân nhân gần gũi nhất của người chết lúc đó châm một bó đuốc vào hỏa đài, và những lưỡi lửa lớn bùng lên trong bóng tối, chiếu sáng giòng nước và khuôn mặt của những người thân đang than khóc và bạn hữu của người quá cố đang ngồi quanh đống lửa. Cây cổ thụ tiếp nhận chút ánh sáng và ban phát sự bình yên cho những ngọn lửa đang nhẩy múa. Phải mất nhiều giờ xác chết mới thiêu hủy hoàn toàn, nhưng họ vẫn tiếp tục ngồi cho đến khi không còn gì ngoài đống tàn lấp lánh sáng và những lưỡi lửa nhỏ. Từ giữa sự im lặng sâu thẳm này, một đứa trẻ bất chợt cất tiếng khóc, và một ngày mới lại bắt đầu.

Người chết là một nhân vật khá nổi tiếng. Ông ta nằm chờ chết trong một ngôi nhà nhỏ đằng sau một bức tường, và một khu vườn nhỏ, trước kia vẫn được chăm sóc cẩn thận nhưng nay thì bỏ hoang. Vợ con và những người thân cận vây quanh ông ta. Có thể còn một vài tháng, hay lâu hơn thế nữa người đàn ông mới chết, nhưng tất cả người thân lúc nào cũng quanh quẩn bên ông ta và căn phòng nhuốm đầy vẻ tang chế. Khi tôi bước vào, người đàn ông bảo tất cả người thân ra ngoài, họ miễn cưỡng rời căn phòng ngoại trừ đứa bé trai đang nghịch với mấy món đồ chơi trên nền nhà. Khi tất cả mọi người đã ra ngoài, người đàn ông ra hiệu cho tôi đến ngồi ở một cái ghế; chúng tôi ngồi im lặng một lúc không ai nói một lời nào trong khi tiếng ồn của những người trong nhà và ngoài đường vọng vào.

Người đàn ông nói một cách khó khăn, "Ông biết không, bao nhiêu năm nay tôi đã suy nghĩ rất nhiều về cuộc sống và thậm chí còn nhiều hơn nữa về cái chết vì tôi bị một chứng bệnh trầm kha. Chết có vẻ như một cái gì đó thật lạ lùng. Trước kia tôi đã đọc khá nhiều sách về vấn đề này nhưng tất cả đều nông cạn."

Thế không phải tất cả mọi kết luận đều nông cạn hay sao?

"Tôi không chắc lắm. Nếu có người đạt đến những kết luận nào đó có tính thỏa mãn sâu sắc, thì chúng vẫn có một ý nghĩa quan trọng nào đó. Có gì sai khi đi đến các kết luận, miễn là chúng đem lại được sự thỏa mãn nào đó?"

Chẳng có gì là sai cả, thế không phải đi đến một kết luận có nghĩa là theo dấu một chân trời giả tạo? Tâm có một năng lực tạo ra đủ mọi thứ hư giả, và nếu để bị vướng mắc trong đó thì quả là không cần thiết và thiếu chín chắn.

"Tôi đã có một cuộc sống khá giàu có và theo đuổi những gì mà tôi đã cho là nhiệm vụ của tôi, nhưng dĩ nhiên tôi chỉ là một con người. Dù sao, bây giờ thì đời tôi đã hết, và nằm đây tôi chỉ là một món đồ vô dụng, nhưng may mắn một điều là tâm tôi chưa bị ảnh hưởng. Tôi đã đọc qua khá nhiều sách, và vẫn còn háo hức muốn biết chuyện gì sẽ xảy ra sau khi chết. Liệu tôi còn tiếp tục, hay sẽ chẳng còn gì khi thân xác này chết đi?"

Thưa ông, nếu được phép hỏi, tại sao ông lại bận tâm muốn biết chuyện gì sẽ xảy ra sau khi chết?

"Thế không phải mọi người đều muốn biết hay sao?"

Có thể là như thế, nhưng nếu chúng ta không biết sống là gì, thì liệu chúng ta có thể biết được thế nào là chết? Sống và chết có thể cùng là một, và điều mà chúng ta tách rời sự sống khỏi cái chết chính là nguồn gốc của không biết bao nhiêu đau khổ.

124

"Dù biết rõ những gì ông đã từng nói về vấn đề này trong các cuộc thuyết giảng của ông, nhưng tôi vẫn muốn biết. Ông có thể làm ơn bảo cho tôi biết chuyện gì sẽ xảy ra sau khi chết? Tôi sẽ không nói lại với bất cứ ai."

Vì sao ông lại hao tâm tổn sức đến như thế để biết cái chết? Vì sao ông không để trọn vẹn cái biển sống chết nguyên như thế, mà đừng thò tay vào?

"Tôi không muốn chết," người đàn ông đáp, và đưa tay nắm lấy cổ tay tôi. "Tôi luôn luôn sợ chết, và dù có tự trấn an bằng đủ mọi hình thức lý giải và đức tin, thì chúng cũng chỉ có tác dụng như một lớp vỏ mong manh bao phủ lên nỗi khổ sâu dầy của sự sợ chết. Tất cả những gì tôi đọc được về cái chết chỉ là một cố gắng trốn chạy sự sợ hãi này, để tìm ra một lối thoát, và cũng với lý do ấy tôi khẩn cầu muốn biết vào lúc này."

Liệu có sự trốn chạy nào giải thoát tâm khỏi sợ hãi? Thế không phải chính hành vi chạy trốn đẻ ra sự sợ hãi hay sao?

"Nhưng ông có thể cho tôi biết, và những gì ông nói là chân lý. Chân lý này sẽ giải thoát tôi..."

Chúng tôi ngồi im lặng một lúc. Sau cùng người đàn ông lại lên tiếng.

"Sự im lặng vừa rồi dễ chịu hơn tất cả những câu hỏi đầy lo lắng của tôi. Tôi ước ao được an trú trong sự im lặng đó và lặng lẽ ra đi, nhưng cái tâm không để tôi yên. Tâm tôi đã trở thành một tên thợ săn và cũng là con vật bị săn đuổi. Tôi đang bị hành hạ. Thân xác tôi đang trải qua một sự đau đớn kịch liệt, nhưng chẳng là gì so với nỗi đau khổ đang diễn ra trong tâm tôi. Liệu có một sự tiếp tục được xác định sau khi chết? Cái "tôi" này, đã từng sướng, khổ, và biết - liệu nó còn tiếp tục?"

Cái "tôi" mà tâm ông đang bám víu và muốn nó tiếp tục là gì? Xin ông đừng trả lời, mà chỉ im lặng lắng nghe, có được không? Cái "tôi" chỉ hiện hữu qua sự đồng hóa [nó] với tài sản, danh xưng, gia đình, thất bại và thành công, với tất cả những gì ông đã là và mong muốn là. Ông là những gì mà ông đã tự đồng hóa với chúng; ông là sự cấu thành bởi tất cả những thứ đó, và nếu không có chúng thì không có ông. Chính sự đồng hóa với con người, với của cải, và ý nghĩ này là cái mà ông mong muốn được tiếp tục, ngay cả sau khi chết đi; và liệu sự đồng hóa này có phải là một cái gì đó đang sống? Hay nó chỉ là một mớ những khát vọng đầy mâu thuẫn, những theo đuổi, những thỏa mãn, những thất vọng với khổ nhiều hơn vui?

"Nó có thể là cái mà ông nói, nhưng vẫn còn tốt hơn là chẳng biết gì."

Biết vẫn tốt hơn là không biết, có phải thế không? Nhưng cái biết thì nhỏ bé, tầm thường và hạn hẹp. Cái biết là đau khổ, ấy thế mà ông lại khát khao nó tiếp tục.

"Xin hãy nghĩ đến tôi, xin hãy từ bi, xin đừng khăng khăng như thế. Nếu biết được thì tôi sẽ vui vẻ mà chết."

Ông chớ nên hao tâm tổn sức như thế để tìm biết. Khi tất cả mọi cố gắng muốn biết chấm dứt, thì lúc đó sẽ có một cái gì đó không phải do tâm sắp đặt mà thành.

Cái không biết thì bao la hơn cái biết; cái biết chỉ là con thuyền nhỏ trong đại dương của cái không biết. Hãy buông thả tất cả và kệ chúng.

Người vợ lúc đó vào phòng đem cho ông chồng chút nước uống; đứa trẻ đứng dậy chạy ra khỏi phòng, không nhìn đến chúng tôi. Người đàn ông bảo bà vợ đóng cửa phòng khi đi ra và dặn đừng cho thằng bé trở vào.

"Tôi không lo lắng về những người thân trong gia đình vì tương lai của họ đã được sắp đặt chu đáo. Điều mà tôi quan tâm đến bây giờ là tương lai của chính tôi. Từ tận đáy lòng tôi biết những điều ông nói là chân lý, nhưng tâm tôi như một con ngựa đang phi mà không có người kiềm giữ. Liệu ông có thể giúp tôi, hay là không còn phương cách nào nữa?"

Chân lý là một cái gì thật kỳ lạ, nếu ông càng đuổi theo nó thì nó càng lẩn tránh ông. Ông không thể nào nắm bắt nó bằng bất cứ phương tiện nào, dù vi tế và tinh xảo đến đâu, ông không thể nào cầm giữ nó trong mạng lưới tư duy. Xin ông hãy nhận ra điều này và buông bỏ mọi chuyện. Trong cuộc hành trình sinh tử, ông là kẻ độc hành; trong cuộc lữ hành này ông không thể nào cầu an trong kiến thức, kinh nghiệm, hay ký ức. Tâm phải thanh tẩy tất cả những gì mà nó đã huân tập vì sự thôi thúc tìm kiếm an toàn; tất cả thần linh và đức hạnh đều phải được trả lại cho cái xã hội đã tạo ra chúng. Cần phải có một sự đơn độc hoàn toàn và vô cấu.

"Mạng sống của tôi đang đếm từng ngày, hơi thở của tôi thì ngắn, mà ông đòi hỏi tôi một điều thật khó khăn: là cứ chết mà không cần biết cái chết là gì. Nhưng tôi đã được chỉ giáo quá rõ ràng. Thôi thì cứ phó mặc đời tôi, và không biết chừng tôi sẽ hưởng một ơn phước nào đó."

૪૭૦૯

Bombay, ngày 10 tháng 1 năm 1960

Hầu hết chúng ta sống trong thế giới của huyền thoại, của biểu tượng và hư giả; cái thế giới ấy đối với chúng ta còn quan trọng hơn cả cái thế giới của hiện thực. Vì không hiểu được thế giới hiện thực của đời sống thường nhật đầy những khốn khổ và trần lao, chúng ta tìm cách trốn tránh nó bằng cách tạo ra một thế giới hư giả, một thế giới của những thần linh, biểu tượng, ý tưởng và hình ảnh; bao giờ còn có sự trốn tránh hiện thực để chạy vào thế giới hư giả thì còn có mâu thuẫn và khổ đau. Nếu muốn hết đau khổ thì chắc chắn là phải hiểu rõ cái thế giới hư giả mà chúng ta vẫn thường xuyên chạy vào để ẩn nấp. Những người theo Ấn giáo, Hồi giáo, Phật giáo và Thiên chúa giáo đều có cái thế giới hư giả riêng với những biểu tượng và hình ảnh, và họ vướng mắc trong đó. Đối với họ, biểu tượng bao giờ cũng có ý nghĩa và quan trọng hơn cuộc sống; biểu tượng được ghi lại vào vô thức, và đóng một vai trò quan trọng trong đời sống của bất cứ ai thuộc về một trong những nền văn hóa, văn minh hay tôn giáo có tổ chức nào đó. Như thế để thoát khỏi đau khổ, theo tôi, điều quan trọng trước tiên là chúng ta phải hiểu rõ cái thế giới hư giả mà trong đó chúng ta đang sống.

Nếu đi xuống cuối đường, bạn sẽ thấy cảnh hoàng tráng của thiên nhiên, vẻ đẹp lạ thường của những cánh đồng xanh và bầu trời rộng mở, và bạn sẽ nghe tiếng cười của trẻ con. Mặc dù thế, vẫn có một ý nghĩa của sự đau khổ. Nào là nỗi đau đớn của người đàn bà khi có mang; nào là sự đau khổ trong cái chết, trong sự mong cầu một cái gì đó nhưng không toại nguyện; nào là sự đau khổ khi một đất nước suy vong, khánh tận; nào là sự đau khổ vì tha hóa xấu xa, trong tập thể cũng như trong mỗi cá nhân. Đau khổ có ngay cả trong gia đình bạn, nếu quan sát kỹ bạn sẽ thấy, đau khổ vì không thỏa mãn một điều gì đó, đau khổ vì sự tầm thường hoặc bất lực của chính mình, và còn không biết bao nhiêu nỗi đau khổ thuộc vô thức khác.

Cuộc đời cũng có tiếng cười. Cười là một cái gì đó rất đáng yêu - cười mà không vì một lý do nào đó, vui sướng trong lòng mà không hề có nguyên nhân, yêu mà không mong cầu đền đáp. Nhưng những tiếng cười như thế thật hiếm hoi với chúng ta. Chúng ta bị đau khổ đè nặng; cuộc đời của chúng ta là một diễn tiến đầy bất hạnh và trần lao, một cuộc phân hóa triền miên, và hầu như không bao giờ chúng ta biết thế nào là yêu với tất cả sự hiện hữu của chính mình.

Chúng ta có thể thấy tiến trình đau khổ này xảy ra ở bất cứ đường phố nào, trong bất cứ gia đình nào, và trong trái tim của bất cứ con người nào. Giữa những bất hạnh, những niềm vui qua nhanh và một sự băng hoại lần mòn của tâm trí, chúng ta luôn luôn tìm một lối thoát. Chúng ta muốn tìm một giải pháp, một phương tiện hay một phương cách để giải quyết gánh phiền trược này của đời người, và như thế chúng ta chưa bao giờ thực sự đối diện với khổ đau. Chúng ta tìm cách chạy trốn bằng những huyền thoại, hình ảnh, và phỏng đoán; chúng ta hy vọng tìm ra một cách nào đó để tránh né gánh nặng này, vượt trước con sóng đau khổ.

Theo tôi, chúng ta quá quen thuộc với những gì vừa nói. Tôi không dạy bảo bạn về sự đau khổ. Thật là ngớ ngẩn nếu bỗng dưng bạn tìm cách cảm thấy đau khổ trong khi nghe tôi nói, hay nếu bạn cố cảm thấy vui sướng thì cũng là vô nghĩa. Nhưng nếu một người biết rõ sự hẹp hòi, nông cạn và tầm thường của chính cuộc đời mình; nếu một người thấy được những tranh cãi thường xuyên, những thất bại trong đời sống, và không biết bao nhiêu công sức mình đã bỏ ra mà không đem lại gì ngoài một cảm giác thất vọng, thì lúc đó người ấy sẽ không thể nào không trải qua cái gọi là đau khổ này. Dù ở bất cứ mức độ nào, dù hời hợt hay sâu sắc, một người chắc chắn phải biết thế nào là đau khổ. Đau khổ theo chân chúng ta như một cái bóng, và hình như chúng ta không biết cách nào giải quyết. Vì vậy, tôi sẽ đàm luận với bạn về sự chấm dứt đau khổ.

Đau khổ có một sự chấm dứt, nhưng sự chấm dứt đó không là kết quả của bất cứ pháp môn hay phương cách nào. Sẽ không còn đau khổ khi có sự nhận thức rõ cái "đang là." Khi thấy rõ cái "đang là" cho dù đó là sự thật rằng không bao giờ có thỏa mãn trong cuộc sống, hay con, em hoặc vợ chồng của bạn qua đời; khi bạn biết rõ sự việc như nó thực sự đang là, mà không diễn giải, không có bất kỳ ý kiến, không khái niệm hóa, không một lý tưởng, hay phán xét, thì theo tôi, lúc đó đau khổ chấm dứt. Nhưng hầu hết chúng ta, luôn luôn có ý định sợ hãi, ý định bất mãn, hoặc thỏa mãn.

Xin chớ nên nghe suông những gì tôi nói mà hãy tự biết chính bạn; hãy nhìn vào cuộc đời bạn như nó là bộ mặt của chính bạn phản chiếu trong gương. Trong gương, bạn thấy cái "đang là" - bộ mặt của chính mình - mà không thêm bớt. Cũng như thế, hãy tự nhìn chính bạn, mà không có sự ưa thích hay không ưa thích, không chấp nhận và cũng không phủ nhận cái bạn thấy. Chỉ nhìn vào chính bạn, và bạn sẽ thấy ý định sợ hãi thống trị cuộc sống của bạn. Khi nào có ý định - ý định hành động, ý định bất mãn, ý định thỏa mãn, hài lòng - thì luôn luôn có sợ hãi. Sợ hãi, ý định và đau khổ đi cùng với nhau; chúng không tách biệt. Khi nào có ý định thì lúc đó có sợ hãi; khi nào có sợ hãi thì lúc đó có đau khổ. Theo tôi *ý định* có nghĩa là sự nhất quyết phải là một cái gì đó, nhất quyết đạt thành, trở thành, sự nhất quyết phủ nhận hay chấp nhận. Hiển nhiên, ý định có nhiều hình thức khác nhau, có phải thế không? Khi nào có ý định thì lúc đó có xung đột.

Hãy quan sát vấn đề này và bạn không những hiểu được những gì tôi nói mà còn cả những ẩn tàng của ý định. Nếu không hiểu được những ẩn tàng của ý định, thì không thể nào chúng ta hiểu được đau khổ.

Ý định khởi sinh từ những mâu thuẫn của lòng tham ái; nó được hình thành từ những giằng co đối kháng giữa cái "Tôi muốn" và "Tôi không muốn," có phải thế không? Vô số những thôi thúc - với những mâu thuẫn và phản ứng của chúng - tạo nên ý định thỏa mãn, hoặc bất mãn, và trong ý định đó có sự sợ hãi. Ý định đạt thành, ý định hiện hữu và trở nên - rõ ràng là chính ý định gây ra đau khổ.

Đau khổ là gì? Bạn nhìn thấy một đứa trẻ với thân thể khoẻ mạnh và khuôn mặt thật dễ thương, với đôi mắt thông minh trong sáng và nụ cười sung sướng. Khi lớn lên, nó được đưa qua một guồng máy gọi là giáo dục. Nó được huấn luyện cho phù hợp với một khuôn mẫu đặc thù nào đó của xã hội, thế là sự hân hoan, niềm vui sướng tự nhiên trong cuộc sống bị hủy diệt. Thật đáng buồn khi nhìn những chuyện như thế xảy ra, có phải không? Nếu mất đi một người mà mình yêu thương thì buồn lắm. Và cũng đáng buồn khi nhận thấy mình phản ứng với những thách thức của cuộc sống một cách tầm thường, và xoàng xĩnh. Không buồn sao được khi tình yêu chấm dứt trong vũng nước tù chật hẹp của giòng sống mênh mông? Và cũng đáng buồn biết bao khi bạn bị tham vọng lèo lái mà chẳng đạt được gì ngoài thất vọng. Kể cũng thật đáng buồn khi nhận ra cái tâm địa hẹp hòi - không phải của ai đó mà của chính bạn. Dù cho có thu thập được vô số kiến thức, dù cho có khôn ngoan, xảo quyệt, và trí thức đến đâu thì tâm vẫn chỉ là một cái gì đó thật nông cạn và rỗng tuếch; khi nhận ra sự thật này người ta không thể nào không ưu buồn, đau khổ.

Nhưng có một nỗi buồn còn sâu đậm hơn tất cả những nỗi buồn kể trên: nỗi buồn ấy đến khi người ta nhận ra nỗi cô đơn, cô lập. Dù ở giữa bạn bè, trong một đám đông, tại một buổi tiệc, hay đang trò chuyện với vợ chồng, bất chợt bạn nhận ra một nỗi cô đơn thăm thẳm, một cảm giác của sự cô lập hoàn toàn, và cái cảm giác ấy đem đến đau khổ. Đau ốm cũng là một sự đau khổ khác.

Chúng ta biết đau khổ hiện hữu dưới nhiều hình thức khác nhau. Mặc dù chưa thực sự trải qua tất cả đau khổ nhưng nếu quan sát, và tỉnh thức về cuộc sống, chúng ta biết đau khổ hiện hữu, và hầu hết chúng ta đều muốn chạy trốn nó. Chúng ta không muốn hiểu đau khổ là gì, và cũng không giám đối diện nó. Chúng ta không đặt câu hỏi: "Đau khổ là gì?" mà tất cả những gì chúng ta quan tâm là tìm cách chạy trốn nó. Chạy trốn thì chẳng có gì là không tự nhiên; đó là một hành động mang tính bản năng của lòng tham ái; nhưng chúng ta chấp nhận nó như một chuyện đương nhiên, và như thế chạy trốn còn quan trọng hơn cả thực tế đau khổ. Khi chạy trốn đau khổ, chúng ta lạc lối vào huyền thoại, và biểu tượng; như thế chúng ta sẽ chẳng bao giờ tìm ra sự chấm dứt đau khổ.

Xét cho cùng, đời sống luôn luôn đưa đến đủ mọi phiền trược. Cứ mỗi phút, cuộc sống lại đưa ra một thách thức, đặt một yêu cầu; và nếu sự đáp ứng của một người không tương ứng thì chính sự đáp ứng không tương ứng đó tạo ra một cảm giác thất vọng. Đó là lý do tại sao, đối với hầu hết chúng ta, các hình thức chạy trốn trở nên vô cùng quan trọng. Chúng ta chạy trốn vào những tôn giáo có tổ chức và đủ loại đức tin; chúng ta chạy trốn dưới những biểu tượng và hình ảnh được nặn ra bằng tâm hay bằng tay. Nếu ta không thể giải quyết những vấn đề của chính mình trong đời này, thì luôn luôn có kiếp sau. Nếu ta không thể chấm dứt được đau khổ thì cứ tìm quên trong giải trí; hoặc, nếu chín chắn một chút thì vùi vào sách vở, hay góp nhặt kiến thức. Người ta cũng thường chạy trốn bằng cách ăn uống no say, trò chuyện huyên thuyên, hay cãi vã, hoặc trở nên trầm cảm. Tất cả đều là những hình thức chạy trốn; không những chúng trở nên vô cùng quan trọng đối với chúng ta, mà chúng ta còn tranh biện về một vài hình thức chạy trốn - tôn giáo của anh và tôn giáo của tôi, ý thức hệ của anh và ý thức hệ của tôi, chủ nghĩa hình thức của anh và chủ nghĩa bài bác hình thức chủ nghĩa của tôi.

Hãy quan sát chính bạn, đừng bị lời lẽ của tôi mê hoặc. Xét cho cùng, những gì tôi đang nói không phải là lý thuyết mơ hồ; nó chính là cuộc sống mà bạn đang thực sự sống từ ngày này sang ngày khác. Tôi đang làm công việc mô tả nhưng chớ thỏa mãn với sự mô tả. Hãy quan sát chính bạn qua những gì vừa mô tả, và bạn sẽ thấy cuộc sống của bạn mắc kẹt trong vô số phương cách trốn chạy. Đó là lý do tại sao điều quan trọng là nhìn vào thực tế, để tư duy, để khám phá, để đi sâu vào cái "đang là" vì cái "đang là" thì vô thời và không có tương lai. Cái "đang là" là vĩnh cửu; cái "đang là" là cuộc sống; cái "đang là" là cái chết; cái "đang là" là tình yêu, trong đó không có sự thỏa mãn hay thất vọng. Tất cả những điều này là sự thật, là những thực thể thực tế của tồn tại. Nhưng một cái tâm đã được nuôi dưỡng, bị điều kiện hóa bởi vô số con đường chạy trốn, sẽ cảm thấy vô cùng khó khăn để nhìn cái "đang là"; do đó nó mài miệt không biết bao nhiêu năm để nghiên cứu các biểu tượng và huyền thoại, những kinh điển đã được viết ra, hay tự quên mình trong các nghi lễ, hay trong sự thực hành một phương thức, một pháp môn, một kỷ luật nào đó.

Chắc chắn điều quan trọng là quan sát thực tế chứ không phải bám víu vào những ý tưởng hay bàn luận suông về cái biểu tượng thay cho thực tế. Bạn hiểu chứ? Biểu tượng là ngôn từ. Hãy lấy cái chết làm ví dụ. Từ ngữ *chết* là một biểu tượng được dùng để chuyên chở tất cả những hàm ý của một thực tế - nỗi lo sợ, sự đau khổ, cái cảm giác lạ thường của sự cô đơn, của sự trống vắng, của sự nhỏ bé và cô lập, của nỗi thất vọng sâu kín và giai dẳng. Chúng ta khá quen thuộc với từ ngữ *chết*, nhưng chẳng mấy ai trong chúng ta thấy được những hàm ý của nó. Hầu như chúng ta chưa bao giờ nhìn thẳng vào cái chết và hiểu được những điều dị thường tàng ẩn trong nó. Chúng ta thích tìm cách trốn chạy với sự tin tưởng vào thế giới bên kia, hay bám víu vào triết lý luân hồi. Chúng ta có đủ cách giải thích mang tính trấn an, đủ loại quan điểm, khẳng định và phủ định khác nhau, cùng với đủ loại biểu tượng và huyền thoại. Bạn hãy quan sát chính mình mà xem. Đây là một thực tế.

Hễ có lo sợ là có ý định chạy trốn; chính sự lo sợ đẻ ra ý định. Hễ có tham vọng thì ý định tìm cách thỏa mãn một cách tàn nhẫn. Bao giờ còn bất mãn - có nghĩa là nỗi khát khao được thỏa mãn cứ tiếp tục đến vô tận, thì dù bạn có tìm cách làm cho nó nguôi ngoai bằng cách thỏa mãn chính mình đến đâu - sự bất mãn lại đẻ ra ý định của riêng nó. Bạn muốn sự thỏa mãn tiếp tục hoặc gia tăng, như thế là có ý định muốn được thỏa mãn. Ý định - trong tất cả những hình thức khác nhau của nó - vẫn thường mở cửa cho thất vọng, và thất vọng là đau khổ.

Như thế, chẳng có bao nhiêu tiếng cười trong mắt và trên môi của chúng ta, và đời người chẳng có bao nhiêu thanh thản. Hầu như chúng ta không thể nhìn mọi vật với một sự tĩnh lặng và tìm xem có cách nào chấm dứt được đau khổ. Hành động của chúng ta chỉ là kết quả của mâu thuẫn, với những căng thẳng thường xuyên của nó, chỉ làm gia cố cái tôi và chồng chất thêm khốn khổ. Bạn thấy được điều này, có phải không?

Rốt cuộc, bạn cảm thấy hoang mang. Tôi đã làm xáo trộn các biểu tượng, huyền thoại, ý tưởng, lạc thú của bạn, và bạn không thích sự xáo trộn đó. Điều bạn muốn là chạy trốn, vì thế bạn bảo, "Cho tôi biết làm sao loại trừ được đau khổ." Chấm dứt đau khổ không phải là loại trừ đau khổ. Bạn không thể nào "loại trừ" được đau khổ, cũng như không thể nào bạn có thể tạo được tình yêu. Tình yêu không phải là một cái gì đó được tạo ra bằng thiền quán, bằng kỷ luật, bằng thực hành đạo hạnh. Luyện tập tình yêu là hủy diệt tình yêu. Cũng cách đó, đau khổ không thể nào chấm dứt bằng hành vi của ý chí. Xin hiểu cho điều này. Bạn không thể nào loại trừ được đau khổ. Đau khổ là một cái gì cần phải được ôm ấp, sống với, và hiểu rõ; một người cần phải thân cận với đau khổ. Nhưng bạn không muốn cận kề với đau khổ, có phải thế không? Bạn có thể bảo, "Tôi biết thế nào là đau khổ," nhưng có thật bạn biết nó không? Có bao giờ bạn đã sống với đau khổ chưa? Hay chỉ vừa mới đánh hơi thấy nó là bạn đã cao bay xa chạy? Thực ra, bạn không biết đau khổ là gì. Bạn chỉ biết bỏ chạy, bạn chỉ biết chạy trốn đau khổ.

Cũng như tình yêu không phải là một cái gì đó có thể được luyện tập, đạt được nhờ kỷ luật, thì đau khổ không thể nào chấm dứt bằng bất cứ hình thức trốn chạy nào, bằng nghi thức hay biểu tượng, bằng các công tác xã hội của "những người làm việc thiện," bằng chủ nghĩa quốc gia, hoặc bằng tất cả những gì xấu xa mà con người đã bày đặt ra. Đau khổ cần được hiểu, và hiểu không thuộc về thời gian. Hiểu xuất hiện khi có sự bùng nổ, nổi loạn, hoặc vô cùng bất mãn với bất cứ điều gì. Nhưng, như bạn thấy, chúng ta tìm con đường dễ dàng qua các công tác xã hội, quên mình trong một công việc, một nghề nghiệp nào đó; chúng ta tìm đến chùa chiền, tôn thờ một hình ảnh, bám víu vào một pháp môn hay một đức tin nào đó. Tất cả những thứ đó chắc chắn chỉ là một sự né tránh, một phương cách ngăn tâm đối diện sự thật. Đơn thuần quan sát cái "đang là" thì không bao giờ cảm thấy đau khổ. Đau khổ không bao giờ khởi sinh từ đơn thuần nhận thức được thực tế rằng mình là kẻ kiêu ngạo. Nhưng ngay khi bạn muốn thay đổi sự kiêu ngạo của mình thành một cái gì khác thì lúc đó xung đột, lo sợ và rắc rối khởi sinh - cuối cùng đưa đến đau khổ.

Khi yêu một cái gì, bạn nhìn nó một cách thực sự, có phải thế không? Nếu bạn yêu con mình, bạn nhìn đứa trẻ; bạn ngắm nghía khuôn mặt thanh tú, đôi mắt mở to, và vẻ hồn nhiên lạ thường của nó. Khi bạn yêu một cái cây, bạn quan sát nó với tất cả sự hiện hữu của mình. Nhưng chúng ta chưa bao giờ nhìn mọi vật theo cách đó. Muốn nhận thức được ý nghĩa quan trọng của cái chết thì cần phải có một sự bùng nổ, thiêu hủy ngay tức khắc tất cả mọi biểu tượng, huyền thoại, ý tưởng, và đức tin làm cho người ta cảm thấy an tâm, như thế bạn mới có thể nhìn cái chết một cách trọn vẹn, và toàn diện. Nhưng bất hạnh thay, và cũng đáng buồn thay, có lẽ bạn chưa quan sát điều gì một cách toàn diện, có phải thế không? Có bao giờ bạn nhìn đứa con của mình một cách toàn diện, với tất cả sự hiện hữu của chính mình - có nghĩa là, không tiên kiến, không chấp nhận mà cũng không lên án, không bảo rằng và cũng không cảm thấy rằng "đứa trẻ này là con *của tôi*? Nếu làm được điều này, bạn sẽ thấy một ý nghĩa khác thường và cái đẹp hiển lộ. Lúc đó, không còn bạn và cũng không còn đứa bé - điều này không có nghĩa là một sự đồng hóa giả tạo với đứa bé. Khi bạn nhìn một cái gì đó một cách toàn diện thì không có sự đồng hóa vì không có sự phân biệt.

Tương tự như thế, liệu bạn có thể nhìn cái chết một cách toàn diện? - có nghĩa là không sợ hãi. Chính sợ hãi và ý định trốn chạy đã tạo ra đủ thứ huyền thoại, biểu tượng, và đức tin. Nếu bạn có thể nhìn cái chết một cách toàn diện, với tất cả hiện hữu của chính mình thì bạn sẽ thấy chết có một ý nghĩa hoàn toàn khác vì lúc đó không còn sợ hãi. Chính sợ hãi khiến chúng ta muốn biết có sự tiếp tục sau khi chết, và cũng sợ hãi tìm ra câu trả lời của chính nó qua sự tin tưởng vào *có* hoặc *không có*. Nhưng khi bạn nhìn vào điều gọi là cái chết một cách trọn vẹn thì không có sự đau buồn. Xét cho cùng, khi con tôi chết thì tôi cảm thấy gì? Tôi hụt hẫng. Con tôi đã ra đi và không bao giờ trở lại, và tôi cảm thấy trống vắng, cô đơn. Nó đã là con tôi, đứa trẻ mà tôi đã đặt vào nó tất cả hy vọng của sự bất tử, của sự ghi nhớ mãi mãi cái "tôi" và cái "của tôi"; bây giờ niềm hy vọng về sự tiếp tục của tôi đã bị mất đi, tôi cảm thấy vô cùng bơ vơ. Vì thế tôi ghét cay ghét đắng cái chết; chết là một sự ghê tởm, một cái gì đó cần phải gạt bỏ, vì nó lột trần tôi trước chính tôi. Tôi tìm cách chối bỏ nó bằng đức tin, bằng đủ mọi hình thức chạy trốn. Do đó sợ hãi tiếp tục, tạo ra ý định và gây thêm đau khổ.

Như thế, chấm dứt đau khổ không thể nào có được bằng hành vi của ý chí. Đau khổ chỉ chấm dứt khi nào có sự đoạn tuyệt với tất cả những gì mà tâm đã vẽ đường cho nó trốn chạy. Bạn phải buông bỏ hoàn toàn mọi biểu tượng, huyền thoại, ý tưởng, và đức tin vì bạn thực sự muốn biết cái chết là gì, thực sự muốn hiểu thế nào là đau khổ; đó là một sự thôi thúc mãnh liệt. Lúc đó chuyện gì xảy ra? Bạn ở trong một trạng thái vô cùng mẫn cảm; bạn không chấp nhận hay phủ nhận, vì bạn không tìm cách chạy trốn. Bạn đối diện thực tế. Và khi đối diện như vậy với thực tế cái chết, với sự đau khổ; khi đối diện như vậy với tất cả những gì mà bạn gặp phải từ lúc này đến lúc khác, thì lúc đó bạn sẽ nhận thấy một sự bùng nổ xảy ra, một sự bùng nổ không phát khởi từ một tiến trình tiệm tiến, qua sự vận hành chậm chạp của thời gian. Lúc đó chết có một ý nghĩa hoàn toàn khác.

Chết, cũng như đau khổ, là cái bất khả tri. Bạn không thực sự biết đau khổ là gì; bạn không biết được chiều sâu, và sinh lực phi thường của nó. Bạn biết được phản ứng (*reaction*) đối với đau khổ, nhưng bạn không biết hành động (*action*) đau khổ, và những gì nó hàm chứa; bạn không biết được nó xấu hay đẹp. Biết được bản chất, chiều sâu, vẻ đẹp và sự duyên dáng của cái chết và đau khổ là chấm dứt cái chết và sự đau khổ.

Bạn biết đấy, tâm của chúng ta hành hoạt một cách máy móc trong phạm trù tri kiến, và với tri kiến chúng ta tiếp cận cái bất khả tri: cái chết, và sự đau khổ. Liệu có thể có một sự bùng nổ để tâm không còn bị nhiễm ô bởi tri kiến? Bạn không thể nào xóa bỏ tri kiến. Tìm cách xóa bỏ tri kiến là điều ngu xuẩn, ngớ ngẩn và chẳng đưa đến đâu. Điều quan trọng là đừng để tâm bị tri kiến làm nhiễm ô. Nhưng sự vô nhiễm tri kiến của tâm không thể có được bằng sự quyết tâm, hay bất cứ hành vi nào của ý chí. Điều này chỉ xảy ra khi bạn thấy thực tế như nó đang là, và bạn chỉ có thể thấy thực tế - thực tế cái chết, thực tế đau khổ - như nó đang là khi bạn đặt hết chú ý vào nó. Chú ý hoàn toàn không phải là tập trung, nó là trạng thái thấy biết hoàn toàn trong đó không có sự loại trừ.

Như vậy, chấm dứt đau khổ ở trong sự đối diện với toàn thể sự đau khổ, tức là nhận thức được đau khổ là gì. Điều này có nghĩa là buông bỏ tất cả thần thoại, huyền thoại, truyền thống và đức tin - nhưng không phải buông bỏ từ từ. Chúng phải được buông bỏ ngay lập tức, ngay bây giờ. Không có một phương cách nào để buông bỏ chúng. Điều này xảy ra khi bạn dồn hết chú ý vào điều muốn hiểu mà không hề có ý định trốn chạy.

Chúng ta chỉ biết một cách rời rạc về một điều dị thường gọi là cuộc sống; chúng ta chưa bao giờ thực sự nhìn vào đau khổ mà chỉ qua tấm màn của sự chạy trốn; chúng ta chưa bao giờ thấy cái đẹp, sự bao la của cái chết mà chỉ nhìn nó qua sợ hãi và đau buồn. Người ta chỉ có thể hiểu được cuộc sống, cũng như ý nghĩa và vẻ đẹp của cái chết khi tâm tức thời nhận ra cái "đang là."

Như bạn biết, chúng ta phân biệt tình yêu, cái chết và đau khổ nhưng thật ra chúng giống nhau; vì, rõ ràng là tình yêu, cái chết và đau khổ là cái không thể biết. Vừa khi bạn biết tình yêu là gì thì cũng là lúc bạn không còn yêu. Tình yêu siêu vượt thời gian; tình yêu không có sự khởi đầu và sự chấm dứt, còn cái biết thì có. Khi bảo: "Tôi biết tình yêu là gì," thì bạn không biết gì về tình yêu. Bạn chỉ biết một cảm xúc, một tác nhân. Bạn biết được phản ứng đối với tình yêu, nhưng phản ứng đó không phải tình yêu. Tương tự như thế, bạn không biết chết là gì. Bạn chỉ biết phản ứng với cái chết; bạn chỉ khám phá trọn vẹn chiều sâu và ý nghĩa quan trọng của cái chết khi tất cả mọi phản ứng đều ngưng bặt.

Hãy lắng nghe điều này như một vấn đề hệ trọng đối với mọi người, dù người đó ở nấc thang cao nhất hay thấp nhất trong xã hội. Đây là một vấn đề của mỗi người chúng ta, và chúng ta phải biết rõ nó như biết cái đói, như biết tình dục, như đôi lúc cảm nhận một phước báu khi ngắm nhìn các ngọn cây hay bầu trời mở rộng. Bạn biết đấy, phước báu chỉ xuất hiện khi tâm ở trong trạng thái vô phản ứng. Biết được cái chết là một phước báu, vì chết là cái không thể biết. Nếu không hiểu cái chết thì dù suốt đời tìm kiếm cái không thể biết, bạn sẽ chẳng bao giờ gặp nó. Nó cũng giống như tình yêu, cái mà bạn không biết. Bạn không biết tình yêu là gì; bạn không biết chân lý là gì. Nhưng tình yêu không phải là cái gì đó để tìm; chân lý không phải là cái gì đó để kiếm. *Tìm kiếm* chân lý chỉ là một phản ứng, một sự chạy trốn thực tế. Chân lý ở trong cái "đang là" chứ không ở trong phản ứng đối với cái "đang là."

ॐ

143

Bombay, ngày 7 tháng 3 năm 1962

Tôi sẽ nói về vấn đề cái chết - cũng như tuổi tác và sự trưởng thành, thời gian và sự phủ định - có nghĩa là tình yêu. Nhưng trước khi đi vào vấn đề, tôi nghĩ chúng ta cần minh định và hiểu một cách sâu sắc rằng sợ hãi dưới bất kỳ hình thức nào cũng đều gây nên lệch lạc và tạo ra ảo tưởng, cũng như đau khổ làm cho tâm u mê. Một cái tâm u mê, một cái tâm bị vướng mắc trong bất cứ ảo tưởng nào thì không thể hiểu được vấn đề lạ thường về cái chết. Chúng ta trốn tránh trong ảo tưởng, trong thế giới hoang đường, trong huyền thoại và đủ mọi hình thức truyện ký. Một cái tâm què quặt như thế, cũng như một cái tâm bị u mê vì đau khổ thì không thể nào hiểu được điều mà chúng ta gọi là cái chết.

Sợ hãi và đau khổ không phải là một vấn đề mà bạn có thể triết lý hóa hay gạt qua một bên bằng sự trốn tránh. Nó luôn luôn có đó như một cái bóng và bạn phải giải quyết một cách trực tiếp và tức thời. Dù có tư duy sâu sắc đến đâu về đau khổ hay sợ hãi, thì chúng ta cũng không thể ôm mang nó từ ngày này sang ngày khác. Dù thuộc hữu thức hay vô thức thì đau khổ hay sợ hãi cần phải được hiểu rõ ngay tức thời. Hiểu là tức thời; hiểu không đến với thời gian. Hiểu không phải là kết quả của một tiến trình liên tục tìm kiếm, theo đuổi, tra vấn và đòi hỏi. Hoặc là bạn thấy một cách toàn diện và trọn vẹn trong chớp nhoáng, hoặc là bạn không thấy.

Tôi sẽ đi vào vấn đề được gọi là cái chết mà tất cả chúng ta đều quen thuộc. Chúng ta đã quan sát nó, đã chứng kiến nó, nhưng chưa bao giờ trải qua nó, số mệnh chưa đưa đẩy chúng ta qua cánh cửa của sự chết. Chết chắc chắn phải là một trạng thái lạ thường. Tôi phải đi vào cái chết - không vì lý do tình cảm hay lãng mạn, và cũng không với một mớ đức tin đã được dựng lập thành hệ thống - mà đúng ra, như một thực tế để biết cái chết như tôi biết con quạ đang cất tiếng kêu trên cây xoài kia - thực y như thế. Nhưng muốn hiểu điều gì đó như thực, bạn phải chú ý, cũng như bạn đang lắng nghe tiếng quạ kêu trên cây - bạn không cần phải cố gắng mà chỉ lắng nghe. Bạn không cần nói: "Đó là con quạ. Tiếng nó kêu nghe thật khó chịu! Tôi đang nghe thuyết giảng," mà cứ nghe nó cũng như nghe những gì đang nói. Nếu chỉ muốn nghe diễn giả và cố cưỡng lại con quạ và tiếng kêu của nó thì bạn không nghe cả quạ lẫn người nói. Tôi e rằng đó là điều mà hầu hết các bạn làm khi đang lắng nghe một vấn đề phức tạp và sâu sắc.

Hầu hết chúng ta chưa dành tâm hoàn toàn và trọn vẹn cho một điều gì đó. Bạn chưa bao giờ thực hiện một cuộc hành trình tư duy cho đến chỗ tận cùng của nó. Bạn chưa bao giờ mày mò với một ý tưởng để thấy được tất cả những hàm ý của nó và vượt qua nó. Như vậy vấn đề sẽ rất khó nếu bạn không chú ý, không lắng nghe một cách thoải mái, thích thú, với sự tự nhiên và vui chơi trong đó không có kiềm chế và cũng không cần cố gắng. Lắng nghe là điều rất khó làm đối với hầu hết chúng ta, vì chúng ta luôn luôn diễn dịch những gì được nói ra mà chẳng bao giờ *lắng nghe* những gì được nói ra.

Tôi muốn đi vào vấn đề cái chết như một thực tế, không phải cái chết của bạn, cái chết của tôi hoặc của một người nào đó được bạn thích hay không thích - mà cái chết như một vấn đề. Như bạn biết, chúng ta bị các hình ảnh và biểu tượng chi phối một cách sâu sắc; đối với chúng ta biểu tượng có một ý nghĩa vô cùng quan trọng, và còn hiện thực hơn cả thực tại. Khi tôi nói về cái chết, bạn vội nghĩ ngay đến một người thân đã mất và ý nghĩ này ngăn che bạn nhìn vào thực tế. Tôi sẽ tiếp cận vấn đề bằng những phương cách đa dạng và khác biệt - chứ không phải chết là gì và chuyện gì sẽ xảy ra sau cái chết? Đó chỉ là những câu hỏi thật ấu trĩ. Một khi đã hiểu được điều lạ thường hàm ẩn trong cái chết thì bạn không còn đặt câu hỏi: Kiếp sau là gì? Chúng ta cần tư duy một cách trưởng thành. Một cái tâm trưởng thành không bao giờ đặt câu hỏi liệu có một đời sống sau khi chết, liệu có sự tiếp tục?

Chúng ta phải hiểu tư duy trưởng thành là gì, sự trưởng thành là gì, và tuổi tác là gì. Hầu hết chúng ta đều biết tuổi tác là gì vì dù muốn hay không thì chúng ta vẫn già đi. Tuổi tác không phải sự trưởng thành. Sự trưởng thành không liên quan gì với kiến thức. Tuổi tác có thể bao gồm kiến thức nhưng không bao gồm sự trưởng thành. Tuổi tác có thể tiếp tục với tất cả kiến thức và truyền thống mà nó đã thu thập. Tuổi tác là một tiến trình máy móc của một cơ thể ngày càng già đi, và không ngừng bị lạm dụng. Một thân xác không ngừng bị lạm dụng trong giành giật, trần lao, đau khổ và sợ hãi - một cơ thể bị khai thác - chẳng bao lâu sẽ già đi, như mọi cỗ máy. Một cơ thể trở nên già nua thì không phải là một cái tâm trưởng thành. Chúng ta phải hiểu được sự khác nhau giữa tuổi tác và sự trưởng thành.

Chúng ta được sinh ra một cách tươi trẻ, nhưng cái thế hệ đã bị lão hóa chẳng bao lâu đem sự già nua đến cho tuổi trẻ. Cái thế hệ của quá khứ - già đi với kiến thức, với sự hom hem, xấu xí, đau khổ, sợ hãi - áp đặt những thứ đó lên tuổi trẻ. Họ đã già nua vì tuổi tác và sẽ chết đi. Số phận của mỗi thế hệ là bị câu thúc trong cái cơ cấu mà xã hội trước đã tạo ra. Xã hội không muốn có một con người mới, một thực thể mới; xã hội muốn hắn trở nên khả kính và xã hội đúc khuôn hắn, định hình hắn và thế là xã hội giết chết sự tươi mới và hồn nhiên của tuổi trẻ. Đó là những gì chúng ta đang tạo ra cho các trẻ em ở đây và trên toàn thế giới. Vừa khi trở thành người lớn thì đứa trẻ đã già nua và sẽ chẳng bao giờ trưởng thành.

Trưởng thành là phá đổ xã hội, phá đổ cái cơ cấu tâm lý của xã hội. Nếu không thẳng tay với chính mình, và nếu không hoàn toàn thoát ra khỏi xã hội thì bạn sẽ không bao giờ trưởng thành. Cái cơ cấu của xã hội, cái cơ cấu tâm lý của lòng tham, đố kỵ, quyền thế, địa vị và tuân hành - nếu không thoát khỏi tất cả những thứ đó về mặt tâm lý thì bạn sẽ không bao giờ trưởng thành. Và bạn cần một cái tâm trưởng thành. Một cái tâm đơn độc trong sự trưởng thành của nó, một cái tâm không bị tàn phế, nhiễm ô, một cái tâm không ôm vác một gánh nặng nào - chỉ có cái tâm như thế mới là một cái tâm trưởng thành.

Và bạn cần hiểu một điều: Sự trưởng thành không phải là vấn đề thời gian. Nếu bạn thấy một cách rõ ràng - không thêm bớt - cơ cấu tâm lý của cái xã hội mà trong đó bạn đã được sinh ra, dạy dỗ, giáo dục, thì ngay khi thấy được cơ cấu ấy cũng là lúc bạn thoát ra khỏi nó. Như thế, sự trưởng thành xảy ra ngay lập tức mà không qua thời gian. Bạn không thể trưởng thành từ từ; sự trưởng thành không giống như trái kết trên cây. Trái kết trên cây cần thời gian, bóng tối, không khí trong lành, ánh nắng, nước mưa; và trong tiến trình đó nó chín mùi và sẵn sàng rơi rụng. Còn trưởng thành thì không thể làm cho chín mùi; trưởng thành xảy ra ngay lập tức - hoặc là bạn trưởng thành hoặc là không. Đó là lý do tại sao điều quan trọng về mặt tâm lý là thấy được tâm của bạn bị câu thúc như thế nào trong guồng máy của cái xã hội mà bạn được dạy dỗ, cái xã hội làm cho bạn trở nên khả kính, cái xã hội buộc bạn phải tuân thủ, cái xã hội đã uốn nắn bạn vào các khuôn mẫu sinh hoạt của nó.

Theo tôi, một người chỉ có thể thấy một cách toàn diện và ngay lập tức bản chất độc hại của xã hội như thấy một cái chai có đánh dấu "chất độc." Thấy được như thế thì bạn sẽ không bao giờ đụng đến nó vì biết nó là nguy hiểm. Nhưng bạn không biết rằng xã hội là một mối nguy hiểm, mối nguy hiểm chết người nhất đối với một người trưởng thành. Vì sự trưởng thành là trạng thái của tâm khi đơn độc, trong khi cái cơ cấu tâm lý của xã hội không bao giờ để cho bạn đơn độc mà luôn luôn định hình bạn, cả về mặt ý thức lẫn vô thức. Một cái tâm trưởng thành là một cái tâm hoàn toàn đơn độc, vì nó đã hiểu, và tự do. Và sự tự do này xảy đến ngay tức thời. Bạn không thể tạo ra nó, không thể tìm cầu nó, không thể tự khép mình theo một kỷ luật nào đó để có nó; và đó là cái đẹp của tự do. Tự do không phải là kết quả của tư duy; ý nghĩ thì không bao giờ tự do, và cũng không thể nào tự do.

Khi hiểu được tính chất của sự trưởng thành thì lúc đó chúng ta có thể tìm hiểu thời gian và sự tiếp tục. Đối với hầu hết chúng ta, thời gian là một hiện thực. Thời gian tính theo đồng hồ là một hiện thực - muốn đến nhà bạn cần phải có thời gian; và cũng cần phải có thời gian thì mới có thể thu thập kiến thức, hay học một kỹ năng nào đó. Nhưng liệu còn có một loại thời gian nào khác, ngoài thứ thời gian tính theo đồng hồ? Liệu có thời gian tâm lý? Chúng ta đã tạo ra thời gian tâm lý, thời gian được tính bằng khoảng cách, bằng không gian, giữa "tôi" và cái tôi muốn là, giữa "tôi" và cái tôi phải là, giữa cái "tôi" quá khứ qua cái "tôi" hiện tại và đến cái "tôi" tương lai. Như thế ý nghĩ tạo ra thời gian tâm lý. Nhưng liệu có loại thời gian này không? Muốn tìm cho ra lẽ, bạn phải tìm hiểu sự tiếp tục.

Tiếp tục là gì? Và ý nghĩa nội tại của từ ngữ này - từ
ngữ quá quen thuộc trên môi của chúng ta - là gì? Bạn
biết đấy, khi không ngừng suy nghĩ về một điều gì đó -
một sự thích thú mà bạn đã trải qua chẳng hạn - hết ngày
này sang ngày khác, và từng phút một, thì sự suy nghĩ tạo
cho niềm thích thú đã qua ấy một sự tiếp tục. Nếu nghĩ về
một nỗi đau đớn nào đó, dù thuộc về quá khứ hay trong
tương lai, thì sự suy nghĩ tạo cho nỗi đau đó một sự tiếp
tục. Đơn giản là như thế. Tôi thích một cái gì đó và suy
nghĩ về nó; suy nghĩ về cái tôi thích tạo ra một quan hệ
giữa cái đã qua, ý nghĩ nghĩ về cái đã qua và sự kiện mà
tôi muốn có nó trở lại. Nếu để tâm tìm hiểu vấn đề này
thì bạn sẽ thấy nó thật đơn giản chứ không phải là một cái
gì đó phức tạp. Nếu không hiểu sự tiếp tục là gì thì bạn
không thể nào hiểu được những gì mà tôi sắp nói về cái
chết. Bạn phải hiểu được những gì tôi vừa trình bày, không
phải như một lý thuyết hay một đức tin mà là một hiện
thực bạn thấy được cho chính mình.

Nếu lúc nào cũng nghĩ đến vợ con, nhà cửa, hay công
việc làm ăn thì có nghĩa là bạn đã tạo ra một sự tiếp tục,
có phải thế không? Nếu bạn có một sự hối hận, một sự
sợ hãi, hoặc một mặc cảm tội lỗi, và bạn cứ thường xuyên
nghĩ đến nó, hồi tưởng về nó, nhớ đến nó, lôi nó ra khỏi
quá khứ thì có nghĩa là bạn đã tạo ra một sự tiếp tục. Và
tâm của chúng ta hoạt động trong sự tiếp tục này; tất cả
tư duy của chúng ta là sự tiếp tục này. Về mặt tâm lý, bạn
là kẻ thô bạo, và bạn nghĩ phải làm sao để không còn thô

bạo nữa, như thế là bạn đã làm cho sự thô bạo tiếp tục. Xin nhớ rằng hiểu được điều này thật quan trọng. Vấn đề sẽ thật đơn giản một khi bạn thấy được điều này: ý nghĩ, khi tư duy về một cái gì là tạo cho cái đó một sự tiếp tục, dù cái đó là thích thú hay khó chịu, hoặc đem lại cho bạn niềm vui sướng hay nỗi đớn đau; dù cái đó đã qua hay sắp xảy ra vào ngày mai hay tuần tới.

Như vậy chính ý nghĩ làm cho sự tiếp tục hiện hành - cũng như đi đến sở làm ngày này qua ngày khác, tháng này sang tháng khác, suốt ba mươi năm cho đến khi tâm của bạn trở thành một cái tâm chết. Tương tự như thế, bạn cũng tạo một sự tiếp tục đối với gia đình của bạn. Bạn bảo: "Đây là gia đình tôi." Bạn nghĩ về nó, tìm cách bảo vệ nó; bạn tìm cách xây dựng trên nó và quanh bạn một cơ cấu, một sự bảo vệ tâm lý. Như vậy gia đình trở nên vô cùng quan trọng, và bạn bị hủy diệt. Chính gia đình hủy diệt [bạn], gia đình là một thứ gây chết người, vì nó là một phần của cơ cấu xã hội, câu thúc cá nhân. Khi đã tạo ra sự tiếp tục, về tâm lý cũng như vật lý, thì thời gian trở nên vô cùng quan trọng - không phải thời gian tính theo đồng hồ mà là thời gian như một phương tiện để đạt đến, thời gian như một phương tiện của thành tựu, thủ đắc và thành công có tính tâm lý. Bạn không thể thành công, không thể đạt được một cái gì nếu không tư duy về nó, để tâm đến nó. Như thế về mặt tâm lý, và nội tâm, lòng khát khao một sự tiếp tục là con đường của thời gian, và thời gian để ra sợ hãi; và cũng như thời gian, ý nghĩ gây ra sự sợ hãi cái chết.

151

Nếu nội tâm không có thời gian thì cái chết đến ngay lập tức; nó không phải là một cái gì đáng sợ. Điều này có nghĩa là bất cứ phút nào trong ngày mà ý nghĩ không tạo ra một sự tiếp tục đối với bất cứ gì mà nó chú ý đến, dù đó là lạc thú hay đau khổ, thỏa mãn hay không thỏa mãn, sỉ nhục hay khen ngợi, thì ngay phút ấy cái chết xảy ra. Một người phải chết đi trong từng phút - không phải một cách lý thuyết. Điều này giải thích tại sao hiểu được bộ máy tư duy là quan trọng. Ý nghĩ chỉ là một phản ứng, một phản xạ của quá khứ; nó không có một giá trị thực tế, không như cái cây kia mà bạn thực sự thấy nó.

Muốn hiểu được ý nghĩa vô cùng quan trọng của cái chết - lát nữa đây tôi sẽ đi vào ý nghĩa của cái chết - bạn phải hiểu được sự tiếp tục, thấy được sự thật về nó, cũng như thấy được bộ máy tư duy đã tạo ra sự tiếp tục.

Tôi thích khuôn mặt của bạn; tôi suy nghĩ về nó, và như thế tôi vừa tạo ra một quan hệ với bạn qua sự tiếp tục. Tôi không thích bạn; tôi suy nghĩ về điều đó và tôi đã tạo ra sự tiếp tục. Nếu bạn không nghĩ về bất cứ cái gì dù cái đó đem đến cho bạn lạc thú hay đau khổ, hoặc về ngày mai, hay về những gì sẽ đạt được - liệu bạn có thành công, hoặc có được danh thơm hay tiếng xấu, hay những thứ như thế - nếu như bạn không nghĩ gì về đạo hạnh của bạn, về sự khả kính của bạn, về những gì người khác nói hay không nói; nếu bạn hoàn toàn thản nhiên thì không có sự tiếp tục.

Tôi không biết bạn có thể hoàn toàn thản nhiên trước mọi sự việc. Tôi không muốn nói là đã trở nên quá quen thuộc với chúng. Bạn đã quá quen thuộc với sự xấu xí của thành phố *Bombay*, sự dơ dáy của các đường phố, và lối sống của bạn. Bạn đã quá quen thuộc với nó; điều này không có nghĩa là bạn thản nhiên. Trở nên quen thuộc với một cái gì đó, như một thói quen, sẽ làm cho tâm u mê, làm cho tâm trở nên mất nhạy cảm. Còn thản nhiên là một cái gì đó hoàn toàn khác. Thản nhiên xuất hiện khi bạn khước từ, từ bỏ một thói quen. Khi thấy sự xấu xí thì biết đó là xấu xí, khi thấy trời đẹp lúc hoàng hôn thì cứ biết như thế, không khát khao mà cũng không khước từ, không chấp nhận mà cũng không xua đuổi, không bao giờ đóng cửa với bất cứ gì, và nội tâm hoàn toàn bén nhạy về những gì xảy ra xung quanh, thì từ đó thản nhiên xuất hiện, với một sức mạnh phi thường. Cái gì mạnh thì rất dễ bị xâm chiếm vì không có đề kháng. Một cái tâm đề kháng thì vướng mắc trong thói quen, và do đó trở nên u mê, ngu dốt và không còn bén nhạy.

Một cái tâm thản nhiên biết rõ tính cách tầm thường của nền văn minh, sự nông cạn của ý nghĩ, cũng như những quan hệ xấu xa; nó cũng biết cả con đường, vẻ đẹp của cái cây, một khuôn mặt đáng yêu, hay một nụ cười; nó không phủ nhận và cũng không chấp nhận mà chỉ đơn thuần quan sát - không duy lý trí, mà cũng không lạnh lùng, mà với sự thản nhiên nồng nhiệt chân tình. Quan sát không phải là cởi bỏ, vì không có sự ràng buộc. Chỉ khi nào tâm bị ràng buộc - với nhà cửa, với gia đình, với một công việc sinh nhai nào đó - thì lúc đó bạn có thể nói đến chuyện cởi bỏ. Nhưng, bạn biết đấy, khi bạn thản nhiên thì trong đó có sự dịu ngọt, có hương thơm, và tính chất của năng lượng sung mãn. (Thản nhiên ở đây không giống với một sự giải thích nào về từ ngữ này trong từ điển.) Một người cần thản nhiên đối với sức khỏe, trước sự cô đơn, về những gì người khác nói hay không nói; thản nhiên trước sự thành bại, và ngay cả với uy quyền.

Khi nghe ai đó bắn súng, gây nên nhiều tiếng nổ bằng một khẩu súng, bạn có thể quen tai với tiếng nổ một cách dễ dàng và lờ nó đi. Đó không phải là thản nhiên. Thản nhiên xuất hiện khi bạn lắng nghe tiếng ồn đó mà không đề kháng, và cùng đi với nó, cưỡi nó đến bất tận. Lúc đó tiếng ồn không có một ảnh hưởng nào đối với bạn, không thay đổi bạn, và cũng không làm cho bạn thành thản nhiên. Lúc đó bạn lắng nghe bất cứ tiếng ồn nào trên thế gian này - tiếng ồn của vợ con, của bầy chim, của các chính trị gia đấu láo - bạn lắng nghe với sự thản nhiên và do đó với sự hiểu biết.

Một cái tâm hiểu được thời gian và sự tiếp tục thì thản nhiện với thời gian và cũng không tìm cách khỏa lấp cái khoảng trống được gọi là thời gian đó bằng những trò giải trí, bằng sự thờ phượng, bằng sự huyên náo, bằng cách đọc sách, đi xem phim, hay bất cứ hình thức nào mà bạn đang làm. Tìm cách lấp đầy khoảng trống đó bằng ý nghĩ, bằng hành động, bằng sự giải trí, sự hưng phấn, rượu chè, hoặc với đàn bà, đàn ông, Thượng đế, kiến thức, thì bạn đã tạo cho nó một sự tiếp tục, và sẽ không bao giờ bạn biết chết là gì.

Bạn biết đấy, chết là hủy diệt. Chết là chung cuộc; bạn không thể tranh luận với cái chết. Bạn không thể nói: "Khoan đã, hãy chờ thêm vài ngày." Bạn không thể bàn luận, van xin; chết là chung cuộc, chết là tuyệt đối. Chúng ta chưa bao giờ đối diện một cái gì có tính chung cuộc và tuyệt đối. Chúng ta luôn luôn tránh né nó và đó là lý do tại sao chúng ta sợ chết. Chúng ta có thể vẽ vời đủ mọi ý tưởng, hy vọng, sợ hãi và những đức tin như "chúng ta sẽ được phục sinh, sẽ được tái sinh" - đó chỉ là những mánh khóe xảo quyệt của tâm, hy vọng một sự tiếp tục, có nghĩa là thuộc về thời gian, điều đó không phải sự thật, mà hoàn toàn thuộc về ý nghĩ. Bạn biết đấy, khi nói về cái chết, tôi không nói về cái chết của bạn hay của tôi - tôi đang nói về *cái chết*, một hiện tượng phi thường.

Đối với bạn, một giòng sông có nghĩa là con sông mà bạn quen thuộc, như sông Hằng chẳng hạn, hay giòng sông uốn khúc quanh ngôi làng của bạn. Ngay khi từ ngữ *giòng sông* được nhắc đến thì hình ảnh của một con sông đặc biệt nào đó hiện ra trong tâm trí bạn. Nếu còn biểu tượng của một con sông nào đó trong trí, thì bạn sẽ không bao giờ biết được bản chất thực sự của tất cả những con sông, và một giòng sông thực sự là gì. Con sông là giòng nước lấp lánh, với đôi bờ duyên dáng, với những hàng cây - không phải một giòng sông nào đó mà là tính cách sông của mọi giòng sông, vẻ đẹp của tất cả những con sông, những uốn khúc duyên dáng của mọi giòng nước, mọi giòng chảy. Người chỉ thấy một giòng sông nào đó là người có một cái tâm tầm thường, nông cạn. Còn cái tâm thấy được giòng sông là một sự lưu chuyển, là nước - không thuộc về một quốc gia nào, không thuộc về thời đại nào, không thuộc một thôn làng nào, mà chỉ thấy vẻ đẹp của nó - là một cái tâm siêu vượt phàm phu.

Khi nghĩ về một ngọn núi, nếu là một người Ấn được dạy dỗ bởi những kinh sách được gọi là thánh thư và tất cả những gì tương tự thì bạn sẽ hình dung thấy rặng *Himalayas*. Đối với các bạn núi có nghĩa là *Himalayas*. Như thế bạn đã có sẵn một hình ảnh về núi, nhưng núi thì không phải là *Himalayas*. Núi là một đỉnh cao giữa bầu trời xanh, không thuộc về một xứ sở nào, bao phủ bởi một mầu trắng, được hình thành bởi gió, và những trận động đất.

Khi tâm nghĩ về những rặng núi hùng vĩ, hay những giòng sông không thuộc một xứ sở nào, thì cái tâm như thế không phải là một cái tâm tầm thường, một cái tâm không còn bị câu thúc bởi những thứ nhỏ nhen. Khi nghĩ về một gia đình thì lập tức bạn nghĩ ngay đến gia đình *của bạn*, thế là gia đình trở thành một cái gì đem lại chết chóc. Và bạn không bao giờ có thể bàn luận về toàn thể vấn đề gia đình một cách toàn diện vì bạn luôn luôn liên tưởng, qua sự tiếp tục của ý nghĩ, đến một gia đình riêng biệt nào đó mà bạn thuộc về.

Như vậy, khi nói về cái chết chúng ta sẽ không nói về cái chết của bạn hay cái chết của tôi. Nếu bạn hay tôi có chết đi thì chẳng có gì quan trọng; chúng ta sẽ chết, một cách vui vẻ hay trong nỗi khốn khổ - chết một cách vui vẻ là đã sống viên mãn, trọn vẹn, với từng nhận thức, với tất

cả sự hiện hữu, sống hết mình, với đầy đủ sức khỏe, hay
chết như những kẻ khốn khổ tàn tạ vì tuổi già, chết trong
thất vọng, trong đau khổ, không bao giờ biết một ngày vui,
hay sự sung túc, và chưa bao giờ có được khoảnh khắc
thấy được cái siêu phàm. Do đó, tôi sẽ nói về cái Chết,
nhưng không phải cái chết của một ai đó.

Chết là chấm dứt. Cái mà chúng ta sợ hãi, khủng
khiếp là sự chấm dứt - chấm dứt một công việc sinh nhai,
sự mất mát, chia ly, vong tận của gia đình, của một người
yêu quí, sự chấm dứt của một cái gì tiếp tục mà chúng ta
vẫn thường suy nghĩ suốt nhiều năm. Điều mà bạn khiếp
sợ là sự chấm dứt. Không biết có bao giờ bạn nghĩ đến
việc chấm dứt một cái gì đó một cách có cân nhắc, có
ý thức, và có chủ đích - chẳng hạn như hút thuốc, uống
rượu, đi chùa, tham vọng quyền lực - chấm dứt một cách
trọn vẹn, và ngay lập tức như lưỡi dao của nhà phẫu thuật
cắt lìa khối ung thư. Có bao giờ bạn từ bỏ một cái gì đó
mà bạn cho là thích thú nhất? Cắt bỏ một cái gì đó gây
đau đớn thì dễ dàng, nhưng cắt bỏ cái gì đó thích thú một
cách có tính toán với sự chính xác của phẫu thuật và với sự
chính xác mang tính từ bi, mà không cần biết cái gì sẽ xảy
ra ngày mai, không cần biết cái gì sẽ xảy ra vào khoảnh
khắc ngay sau khi cắt bỏ thì không dễ dàng. Nếu cắt bỏ
mà biết những gì sẽ xảy ra thì không phải bạn đang làm
công việc giải phẫu. Nếu đã làm được điều này thì bạn sẽ
biết chết nghĩa là gì.

Nếu bạn đã cắt bỏ tất cả những gì xung quanh - mọi
gốc rễ tâm lý, hy vọng, tuyệt vọng, tội lỗi, lo âu, thành

công, ràng buộc - thì từ cuộc giải phẫu này, từ sự khước từ toàn thể cơ cấu xã hội này, mà không biết chuyện gì sẽ xảy ra khi bạn làm công việc giải phẫu một cách trọn vẹn, thì từ sự khước từ triệt để này khởi sinh một sức mạnh để đối diện cái mà chúng ta gọi là chết. Chính sự chết đi tất cả những gì bạn đã biết - cắt bỏ một cách có tính toán toàn thể tri kiến - là chết. Vào một dịp nào đó bạn hãy thử xem - không phải là một hành vi có ý thức, có tính toán và đạo đức để tìm biết - mà cứ thử xem, mày mò với nó vì bạn sẽ biết thêm từ sự mày mò hơn là những cố gắng có tính toán thuộc ý thức. Khi khước từ như thế có nghĩa là bạn đã hủy diệt. Và bạn phải hủy diệt, vì chắc chắn từ sự hủy diệt sẽ khởi sinh sự thanh tịnh, và một cái tâm vô nhiễm.

Không có cái gì thuộc về tâm lý mà thế hệ trước đã tạo dựng là đáng gìn giữ. Hãy nhìn vào xã hội và thế giới này mà thế hệ trước đã tạo ra. Nếu ai đó có tìm cách thì cũng không thể làm cho thế gian này điên đảo hơn, khốn khổ hơn được. Bạn phải lau sạch tất cả những thứ đó ngay, và quét xuống cống. Và để dứt bỏ, quét sạch, tận diệt những thứ đó bạn cần sự hiểu biết và một cái gì đó còn hơn cả sự hiểu biết. Một phần của sự hiểu biết đó chính là tâm bi này.

Bạn thấy đấy, chúng ta không hề yêu. Tình yêu chỉ đến khi không có gì, khi bạn đã phủ nhận toàn thể thế giới này - không phải một cái gì vĩ đại gọi là "thế giới" mà là thế giới của bạn, cái thế giới bé nhỏ mà trong đó bạn đang sống - gia đình, ràng buộc, cãi vã, sự thống trị, thành công, hy vọng, tội lỗi, sự tuân hành, thần thánh và huyền thoại của bạn. Khi bạn phủ nhận tất cả thế giới đó, khi hoàn toàn không còn lại một thứ gì, không còn thần thánh, hy vọng, tuyệt vọng, khi không còn sự tìm kiếm, thì từ sự rỗng không vô biên đó xuất hiện tình yêu, như một thực tại lạ thường, có nghĩa là một thực tế lạ thường không được tạo ra bởi một cái tâm có sự tiếp tục với gia đình qua tình dục và tham ái.

Và nếu không có tình yêu - tức là cái bất khả tri - thì dù bạn có làm cách gì đi nữa, thế gian này vẫn đảo điên. Chỉ khi nào phủ nhận hoàn toàn tri kiến - những gì bạn biết, kinh nghiệm, kiến thức, không phải kiến thức về kỹ thuật mà là kiến thức thuộc những tham vọng, kinh nghiệm, và gia đình của bạn - khi phủ nhận hoàn toàn tri kiến, khi lau sạch nó, khi chết đi tất cả những thứ đó thì bạn sẽ thấy một sự rỗng rang lạ lùng, một không gian kỳ lạ trong tâm. Và chỉ cái không gian đó mới biết yêu là gì. Cũng chỉ trong cái không gian đó mới có sự sáng tạo - không phải sự sáng tạo của trẻ con hay vẽ một bức tranh trên khung vải, nhưng sự sáng tạo đó chính là toàn thể năng lượng, là cái bất khả tri. Nhưng để đạt đến trạng thái ấy, bạn phải chết đi tất cả những gì đã biết. Trong sự chết đi ấy có một cái đẹp tuyệt vời, và năng lượng vô tận của sự sống.

ෂOC3

Luân Đôn, 12 tháng 6 năm 1962

Tôi sẽ nói về thời gian và cái chết, và tôi cũng sẽ nói về cái mà chúng ta gọi là tình yêu.

Chúng ta không bàn về những ý tưởng. Ý tưởng chỉ là ý nghĩ đã được hệ thống hóa, và ý nghĩ không thể giải quyết các vấn đề tâm lý sâu kín của chúng ta. Cách giải quyết rốt ráo các vấn đề của chúng ta là đối diện chúng, không phải qua màng lọc của tư duy, mà đi thẳng vào và tiếp xúc với vấn đề, thực sự nhìn thấy và thực sự cảm nhận sự kiện. Nếu phải dùng đến từ ngữ, thì theo tôi một người phải cảm xúc - không phải cảm tính mà là cảm xúc - khi tiếp xúc với sự kiện. Nếu lệ thuộc vào ý nghĩ, thì dù khôn khéo đến đâu, dù được hệ thống ngăn nắp đến đâu, dù uyên bác, hợp lý, đúng mực, và lý giải đến đâu thì những vấn đề tâm lý của chúng ta vẫn không bao giờ được giải quyết. Bởi vì chính ý nghĩ đã tạo ra mọi vấn đề của chúng ta. Người nào thực sự muốn đi vào toàn thể vấn đề về cái chết mà không chạy trốn nó thì phải tìm ra cho chính mình xem ý nghĩ đã tạo ra thời gian cũng như ý nghĩ đã ngăn trở chúng ta hiểu được ý nghĩa, sự quan trọng, và sự thâm sâu của cái chết như thế nào.

Hầu hết chúng ta đều sợ chết, và chúng ta tìm cách chạy trốn sự sợ hãi này bằng cách lý giải cái chết hay bám víu vào đủ loại đức tin, hữu lý hay vô lý, cũng đều do ý nghĩ tạo ra. Để đi vào vấn đề cái chết, theo tôi, cần phải có một cái tâm không những biết lý luận, hợp lý và đúng mức, mà còn có khả năng nhìn thẳng vào sự kiện, để thấy cái chết như chính nó là, mà không bị sự sợ hãi trấn áp.

Để hiểu sự sợ hãi, chúng ta cần phải hiểu thời gian. Tôi không muốn nói thời gian tính theo đồng hồ, theo niên đại. Loại thời gian này thật đơn giản, và máy móc, chẳng có gì đáng để hiểu. Tôi đang nói về loại thời gian tâm lý: sự hồi tưởng về vô số ngày hôm qua, về tất cả những gì mà chúng ta đã biết, đã cảm thọ, đã thưởng thức, đã huân tập và lưu giữ trong ký ức. Sự hồi tưởng về quá khứ định hình hiện tại, rồi hiện tại được phóng chiếu vào tương lai. Toàn thể tiến trình này là thời gian tâm lý mà ý nghĩ vướng mắc trong đó. Ý nghĩ là kết quả của hôm qua đi qua hôm nay đến ngày mai. Ý nghĩ về tương lai bị điều kiện hóa bởi hiện tại, và hiện tại bị điều kiện hóa bởi quá khứ.

Quá khứ được hình thành bởi những gì mà cái tâm ý thức học được ở nhà trường, những công việc mà nó đã đảm nhận, kiến thức kỹ thuật mà nó đã thủ đắc, và vân vân; tất cả những thứ đó là một phần của tiến trình máy móc của sự ghi nhớ; quá khứ cũng được tạo nên bởi kiến thức tâm lý, nghĩa là những gì mà một người đã trải qua và ghi nhớ, và những ký ức được giấu kín trong tiềm thức. Hầu hết chúng ta không có thời gian để tìm hiểu tiềm thức;

chúng ta quá bận rộn, quá đa đoan với các sinh hoạt đời thường; do đó tiềm thức phóng ra những ám thị và gợi ý dưới hình thức những giấc mơ, và rồi những giấc mơ này cần phải được giải đoán.

Tất cả những thứ này, cả tiến trình hữu thức lẫn vô thức, là thời gian tâm lý - thời gian là kiến thức, thời gian là kinh nghiệm, thời gian là khoảng cách giữa cái "đang là" và cái "phải là," thời gian như một phương tiện để đạt đến, để thành công, để hoàn tất, để trở thành. Cái tâm hữu thức được định hình bởi vô thức, và hiểu được các nguyên do, mục đích và thôi thúc có tính cách tiềm ẩn của vô thức thì rất khó khăn, vì chúng ta không thể lần mò vào vô thức bằng những cố gắng hữu thức. Vô thức phải được tiếp cận một cách phủ định, mà không phải bằng tiến trình phân tích có tính cách khẳng định. Người phân tích bị điều kiện hóa bởi ký ức của chính mình, và một sự tiếp cận mang tính khẳng định về một cái gì mà người này không biết và cũng không hoàn toàn nhận thức rõ thì chẳng có gì quan trọng.

Tương tự như thế, chúng ta phải tiếp cận cái chết một cách phủ định, vì chúng ta không biết nó là gì. Chúng ta chứng kiến người khác chết. Chúng ta biết có những cái chết vì bệnh tật, tuổi già, lão suy, chết vì tai nạn, và chết với một mục đích, nhưng chúng ta không thực sự biết chết là gì. Chúng ta có thể lý giải về cái chết. Thấy được tuổi già đang phủ chụp lên chúng ta - sự lão suy lần mòn, mất trí nhớ, vân vân - chúng ta có thể bảo: "Đúng, đời sống là một tiến trình sinh ra, trưởng thành, và hư hoại, và sự chấm dứt của thân xác vật chất là điều không tránh khỏi." Nhưng một lý giải như thế không đem lại một sự hiểu biết thâm sâu về cái chết.

Chết phải là một cái gì đó lạ thường cũng như cuộc sống. Cuộc sống là một tổng thể. Sự đau khổ, nỗi đớn đau, thống khổ, niềm vui sướng, những ý tưởng ngớ ngẩn, sự chiếm hữu, lòng ganh ghét, tình yêu thương, nỗi khốn khổ nhức nhối của sự cô đơn - tất cả những thứ đó là cuộc sống. Muốn hiểu cái chết, chúng ta phải hiểu toàn thể đời sống, chứ không phải tách ra một phần rồi sống với phần đó như hầu hết chúng ta vẫn làm. Ngay trong cái hiểu về sống có cái hiểu về chết, vì cả hai không tách biệt.

Chúng ta không luận bàn về ý tưởng và đức tin vì chúng chẳng giải quyết được gì. Một người biết được chết là gì, đã thực sự trải qua và biết được trọn vẹn ý nghĩa của cái chết thì chắc chắn phải biết cái chết ngay trong khi đang sống, có nghĩa là người đó phải chết đi mỗi ngày. Về mặt thể xác, bạn không thể chết đi mỗi ngày mặc dù có những thay đổi sinh lý diễn ra trong từng lúc. Tôi đang nói về cái chết tâm lý, nội tâm. Những gì mà chúng ta đã tích lũy như kinh nghiệm, kiến thức, những lạc thú và khổ đau mà chúng ta đã biết - hãy chết đi tất cả những thứ đó.

Nhưng như bạn biết, hầu hết chúng ta không muốn chết, vì chúng ta bằng lòng với cuộc sống. Mà cuộc sống thì ô trược; đời sống là một cuộc tranh giành bất tận, đầy độc ác và ganh ghét. Cuộc sống là một sự khốn khổ với những vui thú thoảng hoặc và qua mau để trở thành ký ức, và cả cái chết của chúng ta cũng là một sự khốn khổ. Nhưng chết thực sự là chết đi về tâm lý những gì chúng ta biết - có nghĩa là có thể đối diện ngày mai mà không biết ngày mai là gì. Đây không phải là một lý thuyết hay một đức tin hoang tưởng. Hầu hết người ta đều sợ chết nên tin vào luân hồi, vào phục sinh, hay bám víu vào một hình thức nào đó của đức tin. Nhưng một người thực sự muốn tìm biết cái chết là gì thì không quan tâm đến đức tin. Chỉ tin tưởng suông là ấu trĩ. Muốn biết chết là gì, bạn phải biết chết đi về tâm lý.

Tôi không biết bạn có bao giờ đã thử chết đi một cái gì đó rất gần gũi và đem lại lạc thú vô biên cho bạn - hãy chết nó đi, không vì một lý do, không vì sự tin tưởng hay một mục đích, mà chỉ chết nó đi như chiếc lá lìa cành. Nếu có thể chết đi như thế từng ngày, từng phút, thì bạn sẽ hiểu được sự chấm dứt của thời gian tâm lý. Chết theo ý nghĩa này, theo tôi, rất quan trọng đối với một cái tâm chín chắn, một cái tâm muốn thực sự tìm hiểu. Vì tìm hiểu là không tìm kiếm với một lý do. Không thể nào bạn tìm ra chân lý nếu có sẵn một lý do, hay bị điều kiện hóa bởi một đức tin, một giáo điều. Bạn phải chết đi tất cả những thứ đó - chết đi xã hội, chết đi tôn giáo có tổ chức, và vô số hình thức an toàn mà tâm bám víu.

Đức tin và giáo điều hứa hẹn sự an toàn tâm lý. Nhìn thấy thế giới trong cơn hỗn loạn, chỗ nào cũng đảo điên, và mọi sự việc đều đổi thay nhanh chóng; chứng kiến những cảnh này, chúng ta mong muốn một cái gì đó trường tồn, lâu bền, thế là chúng ta bám víu vào một đức tin, một lý tưởng, một giáo điều, một hình thức an toàn tâm lý nào đó; và sự bám víu này ngăn trở chúng ta tìm ra chân lý là gì.

Để phát hiện một cái gì mới lạ, các bạn phải tìm đến nó với một cái tâm hồn nhiên, một cái tâm tươi mới, trẻ trung và chưa hề bị xã hội làm nhiễm ô. Xã hội là một cơ cấu tâm lý đầy những ganh ghét, tham lam, tham vọng, quyền thế, danh vọng; và để tìm ra chân lý, người ta phải chết đi toàn thể cái cơ cấu đó, không phải một cách lý thuyết hay trừu tượng, mà thực sự chết đi thói ganh ghét, chết đi sự theo đuổi "cái thêm." Bao giờ còn theo đuổi "cái thêm" dưới bất cứ hình thức nào thì không thể nào hiểu được hàm ý sâu xa của cái chết. Tất cả chúng ta đều biết rằng sớm hay muộn chúng ta sẽ chết đi cái thân xác vật chất, rằng thời gian trôi qua, cái chết sẽ bắt kịp chúng ta; và, vì sợ hãi chúng ta đẻ ra đủ loại lý thuyết, chúng ta dựng lên vô số ý tưởng về cái chết và chúng ta lý giải cái chết. Nhưng làm tất cả những chuyện như thế không có nghĩa là hiểu cái chết.

Bạn không thể nào tranh luận với cái chết vật lý; bạn không thể van xin cái chết để sống thêm một ngày. Chết là chung cuộc tuyệt đối. Tương tự như thế liệu có thể nào bạn chết đi lòng ganh ghét mà không tranh cãi, không thắc mắc chuyện gì sẽ xảy ra ngày mai nếu bạn chết đi lòng ganh ghét, và tham vọng? Làm được như thế có nghĩa là thực sự hiểu được toàn thể tiến trình thời gian tâm lý.

Về tâm lý, chúng ta luôn luôn suy nghĩ về tương lai, và toan tính cho ngày mai. Tôi không muốn nói những toan tính thiết thực; đó là một vấn đề hoàn toàn khác biệt. Nhưng về mặt tâm lý, chúng ta muốn là một cái gì đó vào ngày mai. Cái tâm quỷ quyệt theo đuổi cái đã qua và cái sẽ là, và cuộc sống của chúng ta được xây dựng trên sự theo đuổi đó. Chúng ta là kết quả của ký ức, mà ký ức là thời gian tâm lý. Liệu có thể nào chết đi toàn thể tiến trình này một cách dễ dàng mà không cần cố gắng?

Tất cả các bạn muốn chết đi cái gì đó gây đau đớn, và điều này tương đối dễ dàng. Nhưng tôi đang nói về sự chết đi cái gì đó đem lại cho bạn thật nhiều lạc thú, một cảm giác tuyệt vời thuộc nội tâm. Nếu chết đi ký ức về một kinh nghiệm gây hưng phấn, nếu chết đi những ảo tưởng, những hy vọng và thỏa mãn thì lúc đó bạn sẽ đối diện một cảm giác lạ thường của sự cô đơn, và không còn gì để tùy thuộc. Tất cả những thứ như thánh đường, kinh sách, giảng sư và những hệ thống triết học - bạn không thể tin bất cứ điều gì trong những thứ đó, vì cái nào cũng thế cả, bởi nếu còn tin vào bất cứ gì trong những thứ đó thì bạn còn sợ hãi, còn ganh ghét, tham lam, nuôi tham vọng và mưu cầu quyền thế.

Điều bất hạnh là khi không còn tin vào một điều gì nữa thì thông thường chúng ta trở nên chua cay, châm biếm, hời hợt và lúc đó chúng ta chỉ còn sống qua ngày, cho rằng thế là đủ. Nhưng cái tâm dù có quỷ quyệt hay triết lý đến đâu, thì nó cũng chỉ đem đến một cuộc sống nông cạn và tầm thường.

Tôi không rõ có bao giờ bạn thử điều này, có bao giờ bạn thử nghiệm với nó: chết đi một cách nhẹ nhàng những gì đã biết, không phải hời hợt mà là thực sự, không thắc mắc chuyện gì sẽ xảy ra ngày mai. Nếu có thể làm được như thế thì bạn sẽ đạt đến một cảm giác cô đơn lạ thường, một trạng thái hoàn toàn không - trong đó không có ngày mai - và nếu trải qua trạng thái này bạn thấy nó không phải là tuyệt vọng hoang liêu. Mà trái lại!

Xét cho cùng thì hầu hết chúng ta đều cô đơn ghê gớm. Bạn có thể có một nghề nghiệp lý thú, bạn có thể có gia đình và giàu có, bạn có thể có một kiến thức uyên bác của một cái tâm trí thức; nhưng nếu gạt bỏ tất cả những thứ đó để chỉ còn lại chính mình thì bạn sẽ biết được cảm giác cô đơn kỳ lạ này.

Nhưng bạn biết đấy, vào lúc như thế chúng ta trở nên rất sợ hãi. Chúng ta chưa bao giờ đối diện sự cô đơn đó, chúng ta chưa bao giờ trải qua sự rỗng rang đó để tìm biết nó như thế nào. Chúng ta vặn *radio* lên, đọc sách, tán gẫu với bè bạn, đi nhà thờ, xem xi nê, lai rai một ly - tất cả đều như nhau bởi vì chúng đưa đến một sự chạy trốn. Thượng đế là một sự trú ẩn đầy hoan hỉ, và một ly rượu thì cũng thế. Khi tâm chạy trốn, thì giữa Thượng đế và một ly rượu chẳng khác biệt bao nhiêu. Về mặt xã hội, một ly rượu có thể là không tốt, nhưng trốn tránh trong Thượng đế cũng có phương hại của nó.

Như vậy, để hiểu cái chết - không phải bằng ngôn từ hay lý thuyết suông - mà thực sự trải qua nó, một người phải chết đi ngày hôm qua, chết đi tất cả ký ức, những vết thương tâm lý, những tâng bốc, những sỉ nhục, tính nhỏ nhen, lòng ganh ghét - một người cần phải chết đi tất cả những thứ đó, có nghĩa là chết đi cái ta của mình. Bởi vì tất cả những cái đó là cái ta của chính mình. Và lúc đó - nếu đã đi xa đến mức này - bạn sẽ nhận ra một sự đơn độc và sự đơn độc này không phải là cô đơn. Cô đơn và đơn độc là hai thứ khác nhau. Nhưng bạn không thể đạt đến sự đơn độc mà không trải qua và hiểu được trạng thái cô đơn, trong đó quan hệ không còn có ý nghĩa. Mọi quan hệ vợ chồng, con cái, bè bạn và sinh kế - không quan hệ nào trong những quan hệ đó có ý nghĩa khi người ta hoàn toàn cô đơn. Tôi chắc rằng một số người trong các bạn đã trải qua trạng thái này. Khi đã trải qua và siêu vượt trạng thái đó, khi không còn sợ hãi từ ngữ *cô đơn* nữa, khi đã chết đi tất cả những gì đã biết, và khi mọi ảnh hưởng của xã hội không còn tác dụng, thì lúc đó bạn sẽ biết được cái kia. Xã hội chỉ ảnh hưởng bạn khi nào bạn thuộc về nó về phương diện tâm lý. Xã hội sẽ không còn bất cứ ảnh hưởng nào một khi bạn đã cắt lìa cái nút thắt tâm lý ràng buộc bạn với nó. Lúc đó bạn ở ngoài vòng cương tỏa của luân lý xã hội và sự tôn kính. Nhưng để trải qua sự cô đơn đó mà không trốn chạy, không phải bằng lời lẽ suông, có nghĩa là trọn vẹn hiện hữu với nó thì cần phải có rất nhiều năng lực. Bạn cần rất nhiều năng lực để sống với một cái gì đó xấu xa mà không để bị nó tha hóa; tương tự như thế bạn cần rất nhiều năng lực để sống với một cái gì đó thật đẹp mà không trở nên quen lờn với nó. Cái năng lực bất khả nhiễm ô đó chính là sự đơn độc mà bạn phải tìm đến.

Và từ sự phủ định đó, từ sự rỗng rang hoàn toàn đó, sự sáng tạo xuất hiện.

Chắc chắn là mọi sáng tạo chỉ xảy ra trong sự rỗng rang, chứ không vào lúc tâm đầy. Cái chết chỉ có ý nghĩa khi bạn chết đi tất cả những thứ tầm thường, giả dối, và vô số những hồi tưởng. Lúc đó sẽ xuất hiện một cái gì đó siêu vượt thời gian, một cái gì đó mà bạn không thể nào đạt đến nếu còn sợ hãi, nếu còn bám víu vào đức tin, nếu còn bị giam hãm trong đau khổ.

ಬಿಂಬ

New Delhi, 6 tháng 11 năm 1963

Để đi vào toàn thể vấn đề cái chết, một cách thực sự chứ không phải lý thuyết suông, bạn cần khiêm tốn. Tôi dùng chữ *khiêm tốn* không có nghĩa là một đức hạnh để những người tự đắc, và những kẻ tự cao trau dồi, mà là một trạng thái tự nhiên của tâm xuất hiện khi bạn thực sự tìm hiểu và thực sự muốn tìm biết cho chính mình. Bởi vì đức hạnh không sinh trưởng trong giới hạn của thời gian. Nó là một đóa hoa bừng nở không chủ ý. Người ta không cần phải tìm kiếm hay trau dồi đức hạnh. Nếu bạn làm như thế, thì đức hạnh không còn là đức hạnh nữa. Để thấy được sự thật rằng nếu trau dồi đức hạnh thì không còn là đức hạnh nữa, bạn cần có một cái tâm khiêm tốn, vì nếu không khiêm tốn thì bạn không thể biết. Tôi dùng chữ *biết* không có nghĩa là tích lũy, tức là kiến thức. Chúng ta dùng chữ *biết* theo nghĩa một cái tâm không tìm kiếm cái gì đó, một cái tâm không tìm kiếm cứu cánh với một lý do, mà là một cái tâm linh hoạt, nhanh nhạy, có thể nhận ra cái gì là thật ngay lập tức. Muốn làm được điều này bạn cần một sự khiêm tốn phi thường mà trong đó có sẵn một phẩm chất riêng biệt mang tính nghiêm khắc của sự quan sát. Nghiêm khắc - theo như chúng ta vẫn hiểu - là tàn nhẫn, thô bạo; nghiêm khắc dễ trở nên hẹp hòi, mù quáng, cố chấp, và giáo điều; đó không phải là nghiêm khắc. Chúng ta đang dùng chữ *nghiêm khắc* theo nghĩa: một cái tâm, sau khi đã quan sát và thấy rõ chân lý, ở trong một trạng thái tự do mà từ đó xuất hiện một thứ kỷ luật gọi là nghiêm khắc.

Cần phải có sự nghiêm khắc này cùng với lòng khiêm tốn, và ở giai tầng này chúng ta sẽ giao tiếp với nhau. Bạn sẽ không học gì ở diễn giả. Vì nếu bạn là môn đồ thì diễn giả trở thành kẻ có quyền uy. Do đó, bạn không thực sự còn là người quan sát, có nghĩa là người tha thiết tìm kiếm chân lý và loại bỏ điều hư giả, mà đơn thuần trở thành kẻ theo chân người khác, và những ai theo chân người khác thì chẳng bao giờ tìm ra chân lý. Chân lý cần phải được khám phá từ lúc này sang lúc khác, và bạn phải khám phá nó - chứ không phải đơn thuần tin theo một sự mô tả nào đó bằng ngôn từ. Bạn phải tìm ra chân lý với tất cả hiện hữu của chính mình, và để tìm ra chân lý bạn cần sự khiêm tốn.

Khi quan sát thế giới bên ngoài và nội tâm của chính mình người ta sẽ nhận ra một trạng thái kỳ lạ là tâm không ngừng suy thoái và mất dần phẩm chất. Tôi không biết bạn có bao giờ quan sát tâm mình, không phải theo một lý thuyết, một công thức nào đó hoặc theo nghĩa thành công hay không thành công, mà quan sát với phẩm chất của tâm - cái phẩm chất có thể duy trì được hiệu năng, sự trong sáng, khả năng quan sát cái gì là chân lý, mà không hề có một ý kiến hay ý nghĩ xen vào. Khi quan sát tâm của người khác và của chính mình bạn sẽ nhận thấy có một sự suy thoái dần, điều này không có nghĩa là bạn đã đạt đến một đỉnh cao rồi từ đó tụt xuống, mà đúng ra là bạn sẽ không còn sự sắc bén, tính trong sáng, năng lượng, và sự chính xác cần phải có để quan sát, một sự quan sát hợp lý mà không chút cảm tính. Hầu hết chúng ta đều u mê, bằng lòng với một đức tin mang tính an ủi, với một kế sinh nhai, một địa vị, hay với bổn phận gia đình, và chúng ta sống trong bóng tối của sự an toàn. Khi quan sát tâm mình, một người chắc hẳn phải thấy khi tâm tăng trưởng và già đi cùng với thân xác, nó sẽ trở nên thoái hóa như thế nào. Chúng ta chấp nhận sự thoái hóa này, sự băng hoại này mà không hề hay biết. Đến khi chúng ta bắt đầu hay biết thì xung đột lớn xảy ra: làm thế nào để cứu vãn một cái tâm đang trở nên tồi tệ, thoái hóa? Có lẽ chưa bao giờ chúng ta nêu với chính mình câu hỏi rằng liệu tâm có cần thoái hóa. Có lẽ chúng ta chưa bao giờ tìm ra câu trả lời cho chính mình khi đặt câu hỏi rằng liệu có thể nào chấm dứt được sự băng hoại, sự thoái hóa.

Xét cho cùng thì sự thoái hóa của tâm, sự trở nên mất nhạy cảm, và sự thô thiển trong quan sát chính là chết, có phải thế không? Như thế, có phải là chúng ta cần phải tìm xem liệu có thể nào duy trì được phẩm chất của một cái tâm không bao giờ biết thoái hóa? Khi dùng chữ *tâm*, tôi bao gồm cả bộ óc - tổng thể - không phải chỉ riêng cái khả năng thủ đắc một kỹ năng chuyên biệt nào đó và hành hoạt theo kỹ năng đó đến suốt đời rồi chết đi. Tôi dùng chữ *tâm* không những để chỉ cái tâm hữu thức mà còn cái tâm vô thức, gồm cả bộ óc - bộ óc với tất cả phản ứng của nó, bộ óc tư duy, bộ óc hành động, bộ óc bị kích động, và phản động đối với những căng thẳng thần kinh. Chúng ta thấy khi mình già đi thì tâm trở nên thoái hóa. Hãy quan sát những người cao niên, những chính khách về già, và ngay cả những người trẻ muốn khép mình theo một nếp tư duy rồi hành động theo nếp tư duy đó.

Như thế, điều quan trọng đối với chúng ta là tìm ra cho chính mình xem liệu có thể nào duy trì được tính trong sáng của sự quan sát một cách thực sự, chứ không phải lý thuyết suông - thực sự theo nghĩa hiện tại đang sống, hiện tại tích cực. Tôi dùng chữ *hiện tại* không theo nghĩa thời gian, có nghĩa là ngày mai hay hôm qua hoặc ngay bây giờ. Hiện tại tích cực thì luôn luôn hiện tại, nó không có ngày mai hay hôm qua. Bạn không nên có ý nghĩ rằng mình sẽ có cái năng lượng tích cực và sinh động này vào ngày mai; bạn phải biết rõ cái hiện tại tích cực này với tất cả khả năng của mình, không những khả năng kỹ thuật mà còn cả với năng khiếu thẩm mỹ, tình cảm, khổ đau, bất hạnh, thất vọng, tham vọng, thất bại và nỗi đau đớn vô vọng. Liệu có thể nào chúng ta biết rõ tất cả những điều này mà vẫn duy trì được tính trong sáng của sự quan sát và tính vô tư của sự tìm hiểu? Nếu không được như thế thì dù bạn có làm gì đi nữa cũng chẳng có bao nhiêu ý nghĩa. Hành động của bạn trở thành máy móc.

Hãy quan sát tâm bạn. Đừng nghe diễn giả nói suông. Đừng vướng mắc trong ngôn từ của diễn giả. Diễn giả chỉ làm công việc mô tả, và những gì được mô tả thì không phải là thực tế. Ngôn từ không phải là cái được mô tả; từ ngữ *cây* không phải là thực tế, có nghĩa là cái cây. Nếu bạn thực sự quan sát cái cây thì ngôn từ chẳng có gì quan trọng.

Chúng ta đang đặt một câu hỏi căn bản, và bạn phải tìm ra và phát hiện sự thật của câu hỏi. Câu hỏi là: Liệu có thể nào tâm không bao giờ mất đi tính trong sáng, và khả năng lý luận của nó - không vì một tiên kiến, và cũng không vì một ý nghĩ hoang tưởng hay ý kiến hoặc sự hiểu biết nào đó - và duy trì chính nó trong tình trạng lành mạnh, không có những xó xỉnh tối tăm, không được biết đến và băng hoại? Liệu có thể nào được như thế? Để tìm ra điều này một người cần phải biết rõ các nguyên nhân của sự thoái hóa, chúng ta dùng từ ngữ *nguyên nhân* đơn thuần để chỉ cái nguồn gốc mà từ đó tâm bị làm cho u mê. Phát hiện ra nguyên nhân nhưng bạn vẫn chưa giải thoát được tâm. Bạn có thể tìm ra nguyên nhân của căn bệnh nhưng vẫn cần phải làm một điều gì đó, bạn cần phải đi gặp bác sĩ, có thể bạn cần phải được giải phẫu; bạn cần phải hành động. Nhưng hầu hết chúng ta tưởng rằng chỉ cần tìm ra nguyên nhân là đã giải quyết xong vấn đề. Và sự lập lại xảy ra. Lập lại là một trong những yếu tố của sự băng hoại - tiến trình lập lại, sự hình thành các thói quen và sống theo những thói quen đó. Như vậy phát hiện ra nguyên nhân vẫn không giải thoát tâm khỏi yếu tố băng hoại.

174

Một trong những yếu tố chính của sự băng hoại là sự bắt chước, bắt chước tâm lý - không phải chuyện mặc áo, đi đến sở làm, hay học một kỹ năng nào đó, nghĩa là bạn lập đi lập lại, những chuyện quá tầm thường. Mà chính là cái cơ cấu tạo nên thói quen của tâm, cái tâm - qua những trạng thái tâm lý - hành hoạt theo đức tin, theo giáo điều, theo quan điểm.

Nếu quan sát, bạn sẽ thấy tâm hành hoạt theo thói quen như thế nào. Tâm hành hoạt theo thói quen vì thực chất nó rất sợ mất đi sự an toàn. Như vậy, một trong những yếu tố của sự thoái hóa là sợ hãi, sợ hãi tâm lý, không phải sợ hãi tự nhiên như sợ rắn cắn nên tự vệ - đó lại là chuyện khác.

Bạn biết đấy, một trong những trở ngại là chúng ta bao giờ cũng thỏa mãn với những câu trả lời hiển nhiên, và luôn luôn đặt những câu hỏi có tính cách hiển nhiên. Lấy sự giản dị làm ví dụ - "giản dị." Phản ứng tức thời của chúng ta, rất hiển nhiên, vô vị và tầm thường, là: bạn chỉ có hai bộ quần áo để thay đổi và ăn ngày một bữa. Lúc đó bạn được xem là người thật giản dị. Đó hoàn toàn không phải là giản dị - mà chỉ là thói phô bày thân xác và sự chấp nhận có tính truyền thống về những gì được cho là giản dị. Thật ra, giản dị là một cái gì hoàn toàn khác biệt. Giản dị có nghĩa là có một cái tâm trong sáng, không xung đột, không tham vọng, và không bị tha hóa bởi những tham ái của chính nó. Nhưng chúng ta thì thỏa mãn quá dễ dàng với những gì hiển nhiên. Chúng ta cho một người là thánh nhân vì người đó sống một cuộc sống giản dị, ngày ăn một bữa và chỉ có hai bộ quần áo, rồi chúng ta cho rằng như thế là đã giải quyết xong vấn đề giản dị. Biết đâu con người được cho là giản dị đó bên trong đang trải qua một cái gì thật khủng khiếp. Một người đang chịu những xung đột thì dù thánh thiện đến đâu vẫn không phải là một người giản dị hay một đạo nhân.

Khi tìm kiếm những yếu tố của sự thoái hóa, bạn không được thỏa mãn với những câu hỏi hiển nhiên và những câu trả lời hiển nhiên. Bạn cần gạt bỏ tất cả những thứ đó và đi vào hậu trường, giật sập để tìm ra sự thật của vấn đề, và điều này cần rất nhiều sức lực. Và bạn chỉ có được sức lực đó khi nào thực sự không còn bận tâm đến những gì sẽ xảy ra với cuộc sống khi bạn giản dị. Muốn tìm ra những yếu tố của sự thoái hóa bạn phải tìm hiểu, bạn phải đặt câu hỏi căn bản là liệu tâm có thể sống mà không có một thói quen, và không tuân hành. Điều này có nghĩa là một sự tìm hiểu toàn diện về uy quyền, không những uy quyền do người khác áp đặt mà còn uy quyền thuộc kinh nghiệm, kiến thức, viễn kiến và những thứ như thế của chính mình. Như vậy bạn bắt đầu nhận thấy rằng tiến trình thoái hóa xảy ra khi có xung đột, ở bất cứ bình diện nào, hữu thức hay vô thức. Hầu hết cuộc sống của chúng ta là một cuộc xung đột gớm ghiếc, không phương cách giải quyết, không lối thoát - một cuộc xung đột triền miên.

Như vậy, câu hỏi là: Liệu thói quen, xung đột và sự bắt chước có thể chấm dứt, không phải từ từ, không phải đợi cho đến khi chết, mà ngay bây giờ, trong hiện tại tích cực?

Về sự bắt chước, tôi không nói sự bắt chước bề ngoài mà là sự bắt chước tâm lý, thâm căn cố để được gọi là phương pháp, tuân hành một kỷ luật hay mô thức nào đó - chẳng hạn như mô thức Ấn giáo, mô thức Mỹ, mô thức Nga, hay mô thức Thiên chúa giáo, vân vân. Loại bắt chước này chỉ xảy ra khi có sự thúc bách, khi người ta đi tìm an ủi trong sự an toàn - an toàn tâm lý. Chúng ta tìm kiếm một sự an toàn tâm lý bên trong, và như thế là không có một sự an toàn nào ở bên ngoài cho chúng ta. Nếu suy nghĩ kỹ, bạn sẽ nhận ra sự thật của vấn đề.

Sự mong muốn được an toàn tạo mầm mống cho lo sợ - sợ sống và sợ chết. Lo sợ không phải là một cái gì trừu tượng. Nó có đó như cái bóng của bạn. Nó luôn luôn có mặt trong từng giây phút trong ngày - sợ chủ, sợ vợ, sợ chồng, sợ mất mát. Với nỗi lo sợ đó chúng ta cố sống. Như thế chúng ta không thể biết thế nào là sống. Làm sao một cái tâm lúc nào cũng lo sợ có thể sống? Nó có thể dựng lên một chỗ an thân, nó có thể tự cảm thấy vui thích, nó có thể cô lập chính nó, nó có thể làm theo một khuôn mẫu nào đó, một ảo tưởng tôn giáo, một điều hoang tưởng; tâm có thể sống trong tất cả những thứ như thế, nhưng đó không phải là sống. Và chính sự lo sợ này biến cái chết thành một cái gì đó xa xăm. Chúng ta dời sự lo sợ vào nhiều năm phía trước chúng ta, một khoảng cách thật xa giữa thực tế và cái ảo tưởng được sự sợ hãi tạo nên, và chúng ta gọi đó là sống. Như vậy cuộc sống của chúng ta không thể phong phú và cũng không thể tròn đầy - tôi không nói là đầy những kiến thức, những hiểu biết qua sách vở, hay từ cuốn sách mới nhất và thao thao bất tuyệt về cuốn sách này. "Cuộc sống phong phú" theo ý tôi muốn nói là: một cuộc sống hiểu biết, trong sáng, bén nhạy, tỉnh thức, sinh động, đầy năng lực, và hữu hiệu trong sự quan sát và kỷ luật của chính nó; do đó nó có thể thấy cái cây và thưởng thức cái cây, nó có thể trông thấy các vì sao, hay nhìn mọi người mà không ganh ghét. Một cuộc sống như thế không phải là một cuộc sống của tham vọng, của lòng tham và thói tôn thờ sự thành đạt.

Xin hiểu cho rằng diễn giả ngụ ý chính xác những gì nói ra. Những gì được nói ra không phải là ngôn từ để bạn nghe qua rồi trở về sống với nếp sống cũ. Chúng ta đang nói về một điều vô cùng nghiêm túc. Cần phải có một thế hệ mới, con người mới, tâm thức mới, chứ không phải những cái tâm già nua chết cứng với những lo sợ, những xấu xa, với đủ loại quốc tịch và chính quyền nhỏ mọn tầm thường. Cần phải tạo ra con người mới để giải quyết vấn đề bao la này của cuộc sống, và sẽ không có ai tạo ra con người mới đó ngoài bạn và tôi. Bạn phải làm điều này - không phải chờ đợi một vài thế hệ nữa mà ngay lập tức, có nghĩa là bạn phải thấy được tính cấp bách của vấn đề. Bạn biết đấy, khi nhận ra tính cấp bách của điều gì đó cần phải làm ngay thì lúc đó tất cả mọi khả năng, sức lực, tính hữu hiệu của bạn xuất hiện. Bạn không cần phải tu dưỡng mà chúng đã có sẵn khi bạn cảm thấy sự cấp bách của vấn đề - cũng giống như tính cấp bách của cơn đói - và lúc đó bạn hành động.

Chúng ta không biết sống và cũng chẳng biết chết là gì. Cái mà bạn gọi là "sống" chỉ là một cuộc tra tấn với thú vui thoảng hoặc, có nghĩa là một cảm giác - được vỗ béo, được bữa ăn ngon, thỏa mãn tình dục, được lái một chiếc xe đẹp, hay muốn được lái một chiếc xe đẹp, hoặc ghen ghét những kẻ lái xe đẹp, và vân vân. Đó là đời sống của chúng ta. Hãy quan sát chính mình, và bạn sẽ thấy cuộc sống đã trở nên ô trược và tàn nhẫn như thế nào; không hề có tình yêu, không hề có cái đẹp, và cũng chẳng có sự quan tâm. Đó là cuộc sống của chúng ta, và chúng ta thỏa mãn với nó. Chúng ta chịu đựng nó. Chúng ta không bảo: "Ta sẽ tạo một sự đột phá và tìm ra." Chúng ta chỉ bịa ra đủ mọi lý do giả dối và không thật.

Để sống một cách tròn đầy và trọn vẹn, bạn không thể có một lý tưởng ở đằng kia và sống ở đây. Lý tưởng thì vô nghĩa, nó chỉ là một cái gì hư cấu. Cái thật là nỗi nhọc nhằn của đời sống, những lo âu, hy vọng và sợ hãi thường ngày. Đó là hiện thực, cái mà chúng ta đã trở nên quá quen thuộc; với ký ức đầy những cực hình, hy vọng, sợ hãi và tham vọng chúng ta ngoái nhìn cái chết, ở tận đằng xa. Vậy chuyện gì xảy ra? Chúng ta sợ cái chết, và chúng ta sợ cả sự sống.

Để tìm ra chết là gì cần phải có một cái tâm vô úy. Tôi không biết bạn có bao giờ quan sát các phi công - những người lái các máy bay phi thường có khả năng bay trên ngàn dặm một giờ - những gì họ được huấn luyện còn gay go hơn tất cả công phu của những hành giả *yogi* góp lại. Họ thường xuyên đối diện cái chết, và do đó phản ứng của họ phải tức thời và vô thức. Họ được huấn luyện rất nhiều năm để đối diện cái chết - để sống còn họ phải phản ứng chớp nhoáng với phi cụ và mệnh lệnh. Đó là một cách để không sợ chết - có nghĩa là huấn luyện chính mình một cách trọn vẹn, và không còn chủ định đến độ có thể chết theo mệnh lệnh của người khác cho đất nước của bạn và tất cả những thứ vô nghĩa khác. Rồi có cả cái chết bằng cách tự tử: có nghĩa là bạn đối diện cuộc sống, và cuộc sống vô nghĩa; bạn đã đi đến chỗ tận cùng của mọi chuyện, và thế là bạn lao từ trên cầu xuống, hay uống thuốc ngủ. Còn có một cách nữa, được gọi là cách tôn giáo: bạn có những đức tin phi thường vào luân hồi, vào phục sinh, và bạn lý giải cái chết, bởi vì bạn sẽ sống một cuộc sống ô trược tương tự trong kiếp sau - đầy những cực hình, thống khổ, tuyệt vọng, dối trá, và thói đạo đức giả; và bạn thỏa mãn với những đức tin đó bởi vì nhất thời chúng làm bạn an tâm, chúng che giấu nỗi sợ hãi của bạn.

Tất cả những cách chết đó đều bình thường, hão huyền và không đáng tin cậy. Chúng ta nói về một cách chết khác, nghĩa là sống với cái chết. Bạn hiểu chứ? Sống với cái chết, chứ không phải có một khoảng thời gian giữa bạn và sự chấm dứt cuối cùng. Sự chấm dứt cuối cùng có thể là năm mươi năm hay một trăm năm; dù cho các bác sĩ hay các khoa học gia có thể kéo dài thêm năm mươi năm nữa, nhưng sự kết thúc bất khả tránh vẫn luôn luôn còn đó. Chúng ta đang nói về một cách tự nguyện sống với cái chết. Tôi sẽ đi vào vấn đề này bởi vì đó là phương cách duy nhất để giải quyết toàn thể vấn đề cái chết, không phải bằng đức tin, không phải bằng lý tưởng, không phải bằng cơ cấu của sự sợ hãi cùng với tất cả dây mơ rễ má của nó.

Để biết được chết là gì thì không được có khoảng cách giữa cái chết và bạn, tức là kẻ đang sống với những phiền trược của mình; bạn phải hiểu được ý nghĩa quan trọng của cái chết, và sống với cái chết trong lúc đang tỉnh thức, chứ không phải lúc đã chết hẳn, hay gần chết. Chết là sự chấm dứt của tất cả những gì bạn đã biết. Thân xác, tâm thức, công việc, tham vọng, những gì bạn đã bỏ công gây dựng, những gì bạn muốn làm, những gì chưa làm xong, những gì bạn đang tìm cách hoàn tất - khi cái chết đến thì tất cả những thứ đó chấm dứt. Đó là thực tế - sự chấm dứt. Những gì xảy ra sau cái chết lại là một chuyện khác. Điều đó không quan trọng bởi vì nếu không còn sợ hãi thì bạn sẽ không tìm biết chuyện gì xảy ra sau cái chết. Lúc đó chết trở thành một cái gì đó lạ thường, không có gì là tàn ác, không có gì là bất thường, và không lành mạnh - bởi vì lúc đó chết là một cái gì đó bất khả tri, và trong cái bất khả tri đó có cái đẹp vô biên.

Đó không phải là ngôn từ suông.

Như thế để tìm ra toàn thể ý nghĩa quan trọng của cái chết, hàm ý của nó, thấy được tính vô biên của nó - chứ không phải hình ảnh ngớ ngẩn, mang tính biểu tượng của cái chết - thì nỗi sợ sống và sợ chết phải chấm dứt hoàn toàn, không những ở bình diện hữu thức mà còn ở tận cùng sâu thẳm. Hầu hết chúng ta muốn chết, cầu mong được chết vì cuộc đời quá nông cạn, và rỗng tuếch. Vì cuộc sống rỗng tuếch nên chúng ta muốn tạo cho nó một sự quan trọng, một ý nghĩa nào đó. Chúng ta hỏi: "Mục đích của cuộc sống là gì?" Bởi vì cuộc sống rỗng tuếch, nông cạn, và vô giá trị nên chúng ta nghĩ rằng cần phải có một lý tưởng để theo đó chúng ta sống. Điều này hoàn toàn vô nghĩa. Sợ hãi là nguồn gốc của sự phân chia giữa một thực tế gọi là cái chết và một thực tế gọi là sự sống. Thực tế, chứ không phải lý thuyết suông nghĩa là thế nào? Chúng ta không nói chuyện lý thuyết, chúng ta không bàn luận để đơn thuần công thức hóa một ý tưởng, một khái niệm. Chúng ta không làm điều đó, chúng ta chỉ nói về những sự kiện thực tế; và nếu bạn thu gọn một sự kiện thực tế thành một lý thuyết thì đó là điều bất hạnh của chính bạn. Bạn sẽ sống với lo sợ như sống với cái bóng của chính mình, và cuộc đời bạn sẽ kết thúc một cách khốn khổ cũng như nó đã bắt đầu như thế.

Như vậy bạn phải tìm ra cách sống với cái chết - nhưng không phải là một phương pháp. Bạn không thể có một phương pháp để sống với một cái gì đó mà mình không biết. Bạn không thể có một ý tưởng nào đó và bảo rằng: "Hãy chỉ cho tôi phương pháp, tôi sẽ hành theo đó và sống với cái chết" - điều này hoàn toàn vô nghĩa. Bạn phải tìm ra sống với một cái gì đó rất lạ thường nghĩa là gì; bạn phải thấy nó thực sự, cảm nhận nó thực sự, và biết rõ cái mà bạn gọi là cái chết, cái mà bạn vô cùng sợ hãi.

Sống với một cái gì đó mà bạn không biết nghĩa là gì? Tôi không rõ bạn có bao giờ nghĩ về cái chết theo cách đó không? Có lẽ là không. Vì sợ hãi cái chết, tất cả những gì bạn đã làm là tìm cách tránh né nó bằng cách không nhìn nó hay nhảy sang một lý tưởng đầy hy vọng nào đó. Nhưng thực ra bạn phải đặt câu hỏi căn bản, nghĩa là tìm ra cái chết là gì và liệu có thể nào bạn sống với nó như đang sống với vợ con, với sinh kế, với nỗi lo âu của chính mình. Bạn sống với những thứ đó, có phải thế không? Bạn sống với sự nhàm chán, và những lo sợ của chính mình. Liệu bạn có thể sống cũng như thế với một cái gì đó mà bạn không biết?

Để hiểu được thế nào là sống, không những với cái gọi là cuộc sống mà còn cả với cái chết - tức là cái không biết - và đi vào điều này một cách sâu xa, chúng ta phải chết đi những gì đã biết. Tôi muốn nói những cái biết tâm lý, chứ không phải những thứ như nhà cửa, sở làm; nếu không có những thứ này thì ngày mai bạn không có tiền, hoặc sẽ bị mất việc hay không có cái ăn. Chúng ta đang nói về sự chết đi những thứ mà tâm bám víu. Bạn biết đấy, chúng ta muốn chết đi những thứ đem lại đau đớn, chúng ta muốn chết đi những lời lẽ sỉ nhục, nhưng lại bám víu vào sự tâng bốc. Chúng ta muốn chết đi sự đau đớn, nhưng lại đeo bám - dai dẳng như cái chết tàn nhẫn - vào khoái lạc. Hãy quan sát tâm của bạn. Liệu bạn có thể chết đi cái khoái lạc đó, không phải từ từ mà ngay bây giờ? Vì bạn không thể lý sự với cái chết, bạn không thể lý luận cù cưa với cái chết. Bạn phải tự nguyện chết đi khoái lạc, điều này không có nghĩa là bạn trở nên cay nghiệt, tàn nhẫn, và xấu xa như một trong những thánh nhân. Trái lại, bạn trở nên vô cùng nhạy cảm - với cái đẹp, với ô trược, với cấu nhiễm - và vì nhạy cảm, nên bạn vô cùng quan tâm.

Liệu có thể nào chết đi những gì mà nhờ đó bạn biết về chính mình? Tôi tạm đưa ra một ví dụ rất thô thiển, chết đi một thói quen, từ bỏ một thói quen đặc biệt nào đó như uống rượu hay hút thuốc, sự ưa thích một món ăn nào đó, hay thói say đắm tình dục; hoàn toàn từ bỏ nó mà không cố gắng, không giằng co, không xung đột, không cần phải nói: "Ta phải từ bỏ." Lúc đó bạn sẽ thấy mình đã bỏ lại phía sau tất cả kiến thức, kinh nghiệm, và ký ức về những gì các bạn đã biết, đã học được và đã sống với nó. Và như thế, bạn không còn sợ hãi, và tâm trở nên trong sáng lạ thường để quan sát cái hiện tượng phi thường mà con người qua hàng ngàn năm vẫn từng khiếp sợ, để quan sát cái gì đó mà bạn phải đối đầu, cái không thuộc về thời gian và hoàn toàn ở ngoài tri kiến. Chỉ cái tâm như thế mới có thể quan sát, có nghĩa là nó không còn sợ hãi và do đó không còn cái biết - cái biết về sự sân hận, tham vọng, lòng tham và những theo đuổi tầm thường nhỏ mọn của chính bạn. Tất cả những thứ đó là cái biết. Bạn phải chết đi những thứ đó, hãy để chúng ra đi một cách tự nguyện, buông bỏ chúng một cách nhẹ nhàng, không một xung đột. Và đó là điều có thể thực hiện, chứ không phải lý thuyết suông. Lúc đó tâm trở nên tươi trẻ, phơi phới, hồn nhiên, mới mẻ, và do đó nó có thể sống với cái gọi là cái chết.

Lúc đó bạn sẽ thấy cuộc sống có một tính chất hoàn toàn khác hẳn. Lúc đó sống và chết không còn phân chia, mà là một, vì bạn chết đi từng phút trong ngày để sống. Và bạn phải chết đi mỗi ngày để sống, bằng không, bạn chỉ đơn thuần kéo lê sự lập lại như một cuộc thu băng, lập đi lập lại và lập đi lập lại.

Như thế khi bạn thực sự ngửi thấy hương thơm của điều này - không phải trong mũi của một ai khác mà ngay trong mũi của bạn, trong hơi thở của bạn, trong sự hiện hữu của bạn, không phải vào đôi lúc hiếm hoi nào đó mà mỗi ngày, thức cũng như ngủ - lúc đó bạn sẽ tự nhận thấy, mà không qua ai đó kể lại, sự tuyệt vời khi sống với hiện thực mà không phải với ngôn từ và biểu tượng; sống với cái chết và do đó sống từng giây phút trong một thế giới không có cái biết, mà luôn luôn chỉ có sự tự do không còn cái biết. Chỉ cái tâm như thế mới có thể thấy chân lý, vẻ đẹp, và cái hiện hữu từ sự vĩnh hằng này đến sự vĩnh hằng khác.

ೞⱗ

Trích từ Đường Bay Đại Bàng: Tính nguyên vẹn của cuộc sống: Amsterdam, 11 tháng 5 năm 1969

Như vậy là có vấn đề cái chết mà vấn đề này chúng ta đã cẩn thận đặt thật xa như một cái gì đó sẽ xảy ra trong tương lai - tương lai có thể là năm mươi năm nữa hoặc ngày mai. Chúng ta sợ đi đến một kết thúc, một kết thúc vật chất và chúng ta sẽ bị tách rời khỏi những gì đã sở hữu, đã tạo dựng, và đã trải qua - vợ chồng, nhà cửa, đồ đạc, khu vườn xinh xắn, sách vở và những bài thơ đã làm hay hy vọng sẽ làm. Chúng ta sợ buông bỏ tất cả những thứ đó vì chúng ta *là* đồ đạc, *là* bức tranh mà chúng ta sở hữu, và nếu biết chơi vĩ cầm thì chúng ta *là* vĩ cầm. Vì chúng ta đồng hóa mình với những thứ đó - chúng ta là tất cả những thứ đó mà không là gì khác. Có bao giờ bạn nhìn sự việc như thế chưa? Bạn là ngôi nhà - với những cánh cửa chớp, phòng ngủ, và đồ đạc mà bạn đã nhiều năm cẩn thận đánh bóng, nghĩa là những thứ bạn sở hữu - đó là chính bạn. Nếu buông bỏ tất cả những thứ đó thì bạn không là gì cả.

Và đó là điều bạn sợ hãi - sợ không là gì cả. Bạn cặm cụi đi làm suốt bốn mươi năm, và khi không làm chuyện đó nữa thì bạn đau tim và chết, điều này không phải lạ lắm hay sao? Bạn *là* sở làm, *là* đống hồ sơ, *là* trưởng phòng hay nhân viên hoặc bất cứ chức vụ nào mà bạn đảm nhận; bạn là *những thứ đó* mà không là gì khác. Bạn có những ý tưởng về Thượng đế, về điều thiện, về chân lý, và về những gì mà xã hội cần phải là - tất cả chỉ có thế. Và trong đó là đau khổ. Khi nhận ra mình là những thứ như thế thì thật đau khổ, nhưng nếu không nhận ra thì còn đau khổ hơn nhiều. Thấy được điều này và nhận ra ý nghĩa của nó tức là chết.

Chết là điều bất khả tránh. Tất cả mọi cơ thể sống đều đi đến chỗ chấm dứt. Nhưng chúng ta rất sợ buông bỏ quá khứ. Chúng ta là quá khứ. Chúng ta là thời gian, là đau khổ, và tuyệt vọng, với đôi khi nhận thức được cái đẹp, sự nở hoa của điều thiện, hay lòng trìu mến sâu xa, nhưng chỉ là cái gì đó nhất thời mà không thường hằng.

Và vì sợ chết, chúng ta hỏi: "Liệu ta sẽ tái sinh?" - điều này có nghĩa là tiếp tục cuộc chiến, cuộc xung đột, nỗi khốn khổ, tiếp tục sở hữu của cải, tiếp tục những kinh nghiệm đã được huân tập. Toàn thể Đông Phương tin vào luân hồi. Bạn muốn thấy những gì là bạn luân hồi. Mà bạn là tất cả đống bầy hầy, hỗn loạn và lộn xộn này. Ngoài ra, luân hồi còn có nghĩa là chúng ta sẽ được sinh vào một cuộc sống khác; như vậy những gì bạn làm bây giờ, hôm nay là quan trọng, chứ không phải bạn sẽ sống ra sao khi được sinh vào kiếp sau - nếu quả thật là có kiếp sau. Nếu được tái sinh thì điều quan trọng là hôm nay bạn sống như thế nào, bởi vì hôm nay gieo mầm cho sự tốt đẹp hay khổ đau. Nhưng những người tin tưởng mãnh liệt vào luân hồi lại không biết cách hành sử; nếu thực sự quan tâm đến cách hành sử thì họ chẳng cần bận tâm đến ngày mai, vì điều thiện ở trong sự chú ý vào hôm nay.

Chết là một phần của sống. Bạn không thể yêu mà không chết, chết đi tất cả những gì không phải tình yêu, chết đi tất cả những lý tưởng vì chúng là phóng ảnh của những gì bạn cần cầu, chết đi tất cả quá khứ, chết đi kinh nghiệm; như thế bạn mới hiểu được ý nghĩa của tình yêu và do đó mới hiểu được ý nghĩa của cuộc sống. Như vậy, sống, yêu, và chết chỉ là một; nó có trong sự sống toàn diện, trọn vẹn, và ngay bây giờ. Lúc đó là hành động, một thứ hành động không mang tính mâu thuẫn, hay đem lại đớn đau và khốn khổ; trong sống, yêu và chết có hành động. Hành động này là ổn định. Và nếu một người sống được như thế - và *phải* sống như thế, không phải chỉ vào đôi lúc nào đó mà là từng ngày, từng phút - thì lúc đó chúng ta sẽ có ổn định xã hội, lúc đó sẽ có sự hợp nhất của nhân loại, và các chính quyền sẽ được điều hành bởi các máy vi tính, chứ không phải các chính trị gia với những tham vọng cá nhân và sự điều kiện hóa của họ. Vậy sống có nghĩa là yêu và chết.

৪৩

Bombay, 24 tháng 2 năm 1965

Có một loài hoa leo - Theo tôi, có tên là rực rỡ bình minh - có màu xanh nhạt kỳ lạ mà chỉ loài hoa mới có, hoặc mầu tím thẫm điểm chút hoa cà hay trắng. Chỉ những hoa sống mới có những mầu như thế. Những đóa hoa hình kèn đồng xuất hiện, nở rộ lúc ban mai, và chết đi chỉ vài giờ sau đó. Các bạn phải tận mắt thấy những đóa hoa này. Trong khi chết chúng vẫn đẹp gần như lúc đang sống. Chúng nở trong vài giờ rồi chết, và trong cái chết chúng không mất đi phẩm chất của một đóa hoa. Còn chúng ta sống ba mươi, bốn mươi, sáu mươi, tám mươi năm trong xung đột, trong khốn khổ, với những lạc thú qua mau, và chết đi với nỗi bất hạnh, không một niềm vui trong tim, và trong lúc chết chúng ta cũng xấu xí như trong khi sống.

Tôi sẽ nói về thời gian, sự đau khổ, và cái chết. Theo tôi, cần phải xác định rõ là chúng ta sẽ không bàn về những ý tưởng mà chỉ nói đến các sự kiện thực tế. Đóa hoa đó, bừng nở, đầy vẻ đẹp, nét thanh tao, với hương thơm thanh nhã - là một thực tế. Cái chết của nó một vài giờ sau đó khi gió thổi và mặt trời lên, cùng với vẻ đẹp của nó ngay cả trong khi chết − cũng là một thực tế. Vậy chúng ta sẽ nói về các sự kiện thực tế, chứ không phải những ý tưởng.

Nếu có óc tưởng tượng, bạn có thể hình dung được mầu sắc của những đóa hoa đó. Có một hình ảnh, vẽ ra một hình ảnh trong trí về loài dây leo đó với những mầu sắc thanh tú của nó, những đóa hoa với những mầu sắc tao nhã, vẻ đẹp lạ lùng của những đóa hoa. Nhưng hình ảnh mà bạn vẽ ra, ý tưởng của bạn về loài dây leo, và cảm xúc của bạn về loài dây leo thì không phải là dây leo. Dây leo với những bông hoa của nó là một sự kiện thực tế. Còn ý tưởng của bạn về những bông hoa thuộc dây leo đó, mặc dù cũng là một sự kiện thực tế, nhưng không thật. Bạn không thực sự giao tiếp với đóa hoa qua một ý tưởng. Tôi nghĩ bạn cần ghi nhớ là chúng ta giao tiếp với thực tế chứ không phải với ý tưởng, và bạn không thể tiếp xúc thân mật, trực tiếp, cụ thể, và giao tiếp với một sự kiện thực tế qua một ý tưởng. Cái chết không thể được kinh nghiệm. Một người không thể trực tiếp giao tiếp với cái chết qua một ý tưởng. Hầu hết chúng ta sống với ý tưởng, với công thức, với khái niệm, với ký ức; và như thế chúng ta không bao giờ giao tiếp với bất cứ gì. Chúng ta hầu như chỉ giao tiếp với những ý tưởng của chính mình, mà không giao tiếp với các sự kiện thực tế.

Tôi sẽ nói về thời gian, sự đau khổ và hiện tượng lạ lùng gọi là "cái chết." Người ta có thể diễn giải chúng như những ý tưởng, những kết luận, hay giao tiếp trực tiếp với toàn thể vấn đề thời gian, và chiều thời gian. Người ta có thể giao tiếp trực tiếp với đau khổ - có nghĩa là, cái cảm giác của nỗi đau thương ghê gớm; cũng như người ta có thể trực tiếp giao tiếp với điều gọi là "cái chết." Hoặc là chúng ta trực tiếp giao tiếp với thời gian, đau khổ, tình yêu và cái chết, hoặc là chúng ta xem chúng như một chuỗi những kết luận - sự bất khả tránh của cái chết hoặc là những giải thích. Mọi giải thích, kết luận, ý kiến, sự tin tưởng, khái niệm, biểu tượng chẳng hề có liên quan một chút nào với hiện thực - hiện thực của thời gian, hiện thực của sự đau khổ, hiện thực của cái chết và tình yêu. Nếu bạn chỉ đơn thuần sống, nhìn, đến với hay hy vọng tiếp xúc với chiều thời gian, đau khổ hay cái chết qua ý tưởng, qua ý kiến của bạn, thì những gì chúng ta nói ra sẽ chẳng có bao nhiêu giá trị. Đúng ra, bạn không thực sự lắng nghe, mà chỉ nghe suông những ngôn từ, và, vì chỉ giao tiếp với những ý tưởng của chính mình, với những kết luận, và ý nghĩ của chính mình nên bạn không trực tiếp giao tiếp.

Khi nói "giao tiếp" có nghĩa là tôi có thể sờ mó cái bàn này, tiếp xúc trực tiếp với nó; nhưng tôi sẽ không tiếp xúc với cái bàn nếu tôi có những ý tưởng nên sờ mó cái bàn như thế nào. Như thế ý tưởng ngăn trở tôi tiếp xúc một cách trực tiếp, thân mật và mãnh liệt. Nếu không tiếp xúc trực tiếp với những gì đang được nói ra thì bạn sẽ lại tiếp tục sống một cuộc đời lãng phí. Chúng ta có cuộc đời này để sống. Chúng ta không bàn về cuộc sống tương lai - rồi thì chúng ta sẽ đến đó. Chúng ta có cuộc đời này để sống. Chúng ta đã sống một cách uổng phí, sống một cuộc đời vô nghĩa. Chúng ta sống trong trần lao, trong khốn khổ, trong xung đột, và những thứ như thế, nhưng chúng ta chưa bao giờ giao tiếp với chính cuộc sống. Và có đến cả ngàn lần tội nghiệp - tôi nghĩ ít nhất là như thế - nếu bạn chỉ đơn thuần giao tiếp với ý tưởng mà không phải là những sự kiện thực tế.

Chúng ta sẽ nói về thời gian. Tôi không biết có bao giờ bạn nghĩ về cái gọi là "thời gian" - không phải một cách trừu tượng, không phải như một ý tưởng, cũng không phải như một định nghĩa - không biết bạn có thực sự giao tiếp với thời gian. Khi đói, bạn trực tiếp giao tiếp với cái đói. Nhưng bạn nên ăn món gì, bạn nên ăn bao nhiêu, sự thích thú mà bạn muốn có từ hành động ăn, vân vân, chỉ là những ý tưởng. Thực tế là một chuyện, còn ý tưởng lại là một chuyện khác. Như vậy để hiểu vấn đề phi thường về thời gian, bạn phải tiếp xúc với nó một cách thân mật - không qua những ý tưởng, không qua những kết luận, mà thân mật, trực tiếp, một sự thân mật vô cùng với thời gian. Lúc đó bạn mới có thể đi vào vấn đề thời gian và xem tâm có thể thoát khỏi vòng cương tỏa của thời gian hay không.

Hiển nhiên là có thời gian tính theo đồng hồ, thời gian tính theo niên đại. Loại thời gian này rõ ràng là cần thiết. Liên quan đến loại thời gian này là ký ức, sự hoạch định, và thiết kế, vân vân. Chúng ta không bàn về loại thời gian đó, loại thời gian niên đại của từng ngày. Chúng ta sẽ nói về thời gian không tính theo đồng hồ. Chúng ta không chỉ sống theo thời gian niên đại mà chúng ta sống nhiều hơn

192

với loại thời gian không tính theo đồng hồ. Đối với chúng ta, loại thời gian không tính theo niên đại quan trọng hơn, có ý nghĩa hơn thời gian tính theo đồng hồ rất nhiều. Điều này có nghĩa là mặc dù thời gian tính theo niên đại quan trọng, nhưng đối với hầu hết mọi người điều quan trọng hơn, có ý nghĩa và giá trị lớn lao hơn vẫn là thời gian tâm lý, thời gian là sự tiếp tục, thời gian là hôm qua, ngàn ngày hôm qua và những truyền thống; thời gian không những là hiện tại mà còn là tương lai.

Như vậy chúng ta có thời gian là quá khứ - quá khứ là ký ức, kiến thức, truyền thống, kinh nghiệm, và những gì được ghi nhớ - và hiện tại là sự chuyển tiếp của quá khứ sang thời gian của ngày mai, có nghĩa là ngày mai được định hình và kiểm soát bởi quá khứ qua hiện tại. Đối với chúng ta loại thời gian này, chứ không phải thời gian tính theo đồng hồ, có một ý nghĩa vô cùng quan trọng. Và chúng ta sống trong chiều thời gian này. Chúng ta sống với quá khứ xung đột với hiện tại, tạo ra ngày mai. Đây là một thực tế hiển nhiên. Chẳng có gì là rắc rối. Như thế, có thời gian là sự tiếp tục, và có thời gian là tương lai và quá khứ; mà quá khứ định hình cách tư duy, hành động, cái nhìn của chúng ta, và do đó nó điều kiện hóa tương lai.

Chúng ta dùng thời gian như một phương tiện tiến hóa, một phương tiện để đạt thành, một phương tiện thay đổi tiệm tiến. Chúng ta dùng đến thời gian vì chúng ta chây lười, biếng nhác. Có thể vì chúng ta chưa tìm được phương cách chuyển hóa chính mình ngay tức thời, hoặc có thể vì chúng ta sợ sự thay đổi tức thời và những hệ lụy của nó, nên chúng ta bảo: "Ta sẽ thay đổi từ từ." Do đó chúng ta dùng thời gian như một phương cách trì hoãn, như một phương tiện đạt thành tiệm tiến, và như một phương tiện thay đổi. Chúng ta cần loại thời gian tính theo đồng hồ để học một kỹ năng; để học một ngôn ngữ chúng ta cần vài tháng. Nhưng chúng ta dùng thời gian - thời gian tâm lý, không phải thời gian tính theo đồng hồ - như một phương tiện thay đổi, và do đó chúng ta áp dụng tiến trình tiệm tiến: "Dần dần ta sẽ thành đạt; ta sẽ trở thành; ta là cái này và với thời gian ta sẽ trở thành cái kia."

Thời gian là sản phẩm của ý nghĩ. Nếu bạn không nghĩ đến ngày mai hay hồi tưởng về quá khứ thì bạn đang sống trong hiện tại; sẽ không có quá khứ hay tương lai; bạn sẽ sống trọn vẹn cho ngày hôm nay, dành cho ngày hôm nay sự chú ý đầy đủ nhất, sung mãn nhất và trọn vẹn nhất. Vì không biết làm thế nào để sống một cách trọn vẹn, hoàn toàn và đầy đủ với sự cấp bách như thế trong hôm nay, đem lại một sự chuyển hóa trọn vẹn trong hôm nay nên chúng ta đã vẽ vời ra ý tưởng về ngày mai: "Ta sẽ thay đổi vào ngày mai, ta sẽ, ta phải tuân theo ngày mai," và vân vân. Như thế ý nghĩ tạo ra thời gian tâm lý, và cũng ý nghĩ tạo ra sợ hãi.

Hãy theo dõi tất cả những điều này. Nếu không hiểu chúng ngay bây giờ thì bạn sẽ không thể hiểu vào lúc cuối. Chúng sẽ chỉ là những từ ngữ, và bạn chỉ còn giữ lại mớ tro tàn.

Hầu hết chúng ta có những lo sợ: sợ bác sĩ, sợ bệnh tật, sợ không thành đạt, sợ bị bỏ rơi một mình, sợ tuổi già, sợ nghèo túng; đó là những nỗi lo sợ bên ngoài. Còn có cả một ngàn lẻ một nỗi sợ hãi bên trong: sợ công luận, sợ chết, sợ bị bỏ rơi một mình để phải đối diện cuộc sống mà không có bầu bạn, sợ cô đơn, sợ không đến được với cái mà bạn gọi là "Thượng đế." Con người có cả một ngàn lẻ một nỗi sợ hãi. Và vì sợ hãi, hoặc là con người trốn vào một mạng lưới bao la, tinh vi hay thô thiển, hoặc là hắn lý giải những sự sợ hãi đó, hoặc là hắn trở thành kẻ rối loạn thần kinh, vì hắn không hiểu được những sự sợ hãi nên không thể giải quyết chúng; hoặc là hắn hoàn toàn trốn chạy sự sợ hãi, và đủ mọi sự sợ hãi, bằng sự đồng hóa với một cái gì đó, hay qua những sinh hoạt xã hội, cải tổ, gia nhập một chính đảng, và vân vân.

Xin hiểu cho rằng tôi không nói về những ý tưởng mà về những gì đang thực sự diễn ra trong mỗi người các bạn. Như vậy bạn không nên đọc suông những lời tôi nói, mà qua ngôn từ được sử dụng bạn hãy nhìn lại chính mình. Bạn nhìn vào chính mình, không phải qua những ý tưởng mà qua tiếp xúc trực tiếp với thực tế là bạn sợ hãi - điều này hoàn toàn khác với cái ý tưởng mà bạn sợ hãi.

Trừ khi bạn hiểu được bản chất của sợ hãi và hoàn toàn không còn sợ hãi, thì thần linh, sự chạy trốn, làm đủ mọi công việc xã hội, vân vân cũng đều vô nghĩa, vì bạn chỉ là kẻ phá hoại, bóc lột, và bạn không thể nào giải quyết được sự sợ hãi. Một kẻ điên loạn thần kinh với vô số nỗi sợ hãi, trong bất cứ gì hắn làm - dù tốt lành đến đâu - đều luôn luôn đem lại cho hành động của hắn mầm mống của sự hủy diệt, hạt giống của sự thoái hóa, bởi vì hành động của hắn chỉ là một sự chạy trốn thực tế.

Hầu hết chúng ta đều sợ hãi, chúng ta có những nỗi sợ thầm kín; vì sợ nên chúng ta chạy xa chúng. Chạy trốn thực tế có nghĩa là các đối tượng mà bạn chạy đến trở nên quan trọng hơn thực tế rất nhiều. Bạn hiểu chứ? Tôi sợ và tôi chạy trốn nỗi sợ hãi bằng cách uống rượu, đi chùa, hoặc tìm đến với Thượng đế, và tất cả những thứ như thế; vì vậy Thượng đế, chùa chiền và quán rượu trở nên quan trọng hơn sự sợ hãi. Tôi bảo vệ Thượng đế, chùa chiền và quán rượu quyết liệt hơn, vì đối với tôi chúng trở nên vô cùng quan trọng; chúng là những biểu tượng làm cho tôi an tâm rằng tôi có thể chạy trốn sự sợ hãi. Chùa chiền, Thượng đế, chủ nghĩa quốc gia, cam kết chính trị, những công thức mà một người có trong tay, trở nên quan trọng hơn cả việc giải quyết nỗi lo sợ. Như vậy, trừ khi giải quyết trọn vẹn sự sợ hãi thì bạn không thể nào hiểu được sợ hãi là gì, tình yêu là gì, hay đau khổ là gì.

Một cái tâm thực sự là tâm đạo, một cái tâm thực sự là tâm xã hội, một cái tâm sáng tạo phải loại trừ một cách trọn vẹn, hoàn toàn, hay hiểu được, hoặc giải quyết dứt khoát vấn đề sợ hãi này. Nếu sống với bất cứ nỗi sợ hãi nào thì bạn chỉ phí phạm đời mình, vì sợ hãi đem lại u tối. Tôi không biết bạn có để ý chuyện gì xảy ra khi bạn sợ hãi một cái gì đó. Tất cả dây thần kinh, tim, mọi thứ trở nên căng cứng và kinh hoàng. Bạn không nhận ra điều đó sao? Không những chỉ có sợ hãi vật lý mà còn có cả sợ hãi tâm lý, khủng khiếp hơn nhiều. Sợ hãi vật lý, tức là phản ứng tự vệ có tính vật lý, là tự nhiên. Khi trông thấy một con rắn, bạn bỏ chạy, hay nhảy tránh - đó là sự sợ hãi tự vệ có tính tự nhiên. Đó không phải là sợ hãi thực sự; đó chỉ là một phản ứng sinh tồn, không phải sợ hãi, vì bạn nhận ra sự nguy hiểm nên tránh xa. Chúng ta không những nói về sự sợ hãi vật lý mà còn bàn nhiều hơn về sự sợ hãi được ý nghĩ tạo ra.

Chúng ta sẽ đi vào vấn đề sợ hãi này. Nếu không theo sát sự sợ hãi từng bước thì bạn sẽ không thể giải quyết được nó. Chúng ta sẽ tiếp xúc trực tiếp với sự sợ hãi - chứ không phải với điều bạn sợ hãi. Điều bạn sợ hãi chỉ là một ý tưởng, nhưng tự thân sợ hãi thì không phải là một ý tưởng. Giả sử một người - cũng như hầu hết mọi người, già cũng như trẻ - sợ công luận, sợ chết. Cái mà họ sợ thì không quan trọng; lấy sự sợ hãi của chính bạn làm ví dụ. Trường hợp của tôi là cái chết. Tôi sợ chết. Sợ hãi chỉ có trong quan hệ với một cái gì đó. Sợ hãi tự nó không tồn tại, mà chỉ có trong quan hệ với một cái gì đó. Tôi sợ công luận, tôi sợ chết, tôi sợ bóng tối, tôi sợ mất việc. Như vậy sợ hãi khởi sinh trong quan hệ với một cái gì đó.

Cứ cho rằng tôi sợ chết. Tôi đã thấy cái chết. Tôi đã thấy những xác người được hỏa táng. Tôi đã thấy một chiếc lá khô rụng xuống đất. Tôi đã thấy nhiều điều chết chóc. Và tôi sợ chết, sợ đi đến một kết thúc. Như thế có sự sợ hãi trong quan hệ với cái chết, với nỗi cô đơn, và cả chục thứ. Làm sao tôi có thể nhìn hay giao tiếp với sợ hãi như tôi tiếp xúc với cái bàn? Tôi diễn tả có rõ không? Tiếp xúc trực tiếp với sự sợ hãi - tôi hy vọng bạn đang làm như thế, chứ không phải nghe nói suông - tiếp xúc trực tiếp với cảm xúc đó, với cảm giác gọi là "sợ," mà không có sự xen vào của ngôn từ, ý nghĩ, và ý tưởng. Có phải thế không? Có nghĩa là tiếp xúc với một người nào đó thì tôi phải chạm tay người đó, tôi phải nắm tay người đó. Nhưng tôi vẫn không tiếp xúc với người đó, cho dù tôi cầm tay anh ta, nếu tôi có những ý tưởng về anh ta, nếu tôi có những tiên kiến, nếu tôi thích hay không thích anh ta. Dù cho tôi có cầm tay con người đó nhưng hình ảnh, ý tưởng và ý nghĩ ngăn trở tôi giao tiếp trực tiếp với anh ta. Tương tự như thế, tiếp xúc trực tiếp với sự sợ hãi của bạn - với sự sợ hãi riêng biệt nào đó của bạn, hữu thức hay vô thức - bạn phải tiếp xúc trực tiếp với nó, mà không qua ý tưởng.

Như thế, trước tiên bạn phải thấy được ý tưởng xen vào sự tiếp xúc như thế nào. Khi hiểu được ý tưởng xen vào sự tiếp xúc thì bạn không còn chống lại ý tưởng. Khi hiểu được ý tưởng - ý tưởng là ý kiến, là công thức, và vân vân - thì lúc đó bạn tiếp xúc trực tiếp với sự sợ hãi của mình, và không chạy trốn, dù là bằng ngôn từ, hay qua một kết luận, một ý kiến hoặc bất cứ hình thức trốn chạy nào khác. Khi bạn tiếp xúc trực tiếp với sự sợ hãi, theo nghĩa này, thì lúc đó bạn sẽ nhận ra rằng - như bạn đang nhận ra khi chúng ta thảo luận những gì đang nói - tất cả mọi sự sợ hãi biến mất. Và tâm phải hoàn toàn không còn bất cứ nỗi sợ hãi nào, thầm kín cũng như bộc lộ, tức là những sợ hãi mà bạn ý thức được. Lúc đó bạn mới có thể đối diện cái gọi là đau khổ.

Bạn biết đấy, con người từng sống với đau khổ hằng ngàn, hằng triệu năm nay. Bạn từng sống với đau khổ nhưng chưa giải quyết được nó. Hoặc là bạn tôn thờ sự đau khổ như một phương tiện soi sáng, hoặc là bạn chạy trốn nó. Chúng ta đặt sự đau khổ lên bệ thờ, đồng hóa biểu tượng nó với một người, hoặc lý giải nó, hoặc chạy trốn nó. Nhưng đau khổ vẫn còn đó.

Tôi muốn nói đau khổ theo nghĩa mất mát một người thân, nỗi đau khổ vì thất bại, nỗi đau khổ đến với bạn khi thấy mình không còn hiệu năng, bất lực, nỗi đau khổ mà bạn nhận ra khi trái tim vắng bóng tình yêu, khi bạn hoàn toàn sống bằng cái tâm địa nhỏ nhen xấu xí. Có đau khổ khi có sự mất mát một người nào đó mà bạn nghĩ rằng mình yêu thương. Chúng ta sống với đau khổ cả ngày lẫn đêm mà chưa bao giờ vượt ra khỏi nó, và cũng chưa bao giờ chấm dứt được nó. Tôi lập lại, một cái tâm nặng gánh đau khổ sẽ trở nên mất nhạy cảm, và khép kín; nó không còn tình cảm, không có sự cảm thông; nó có thể nói lên những lời thông cảm, nhưng trong nó, trong lòng nó không hề có sự cảm thông, không tình cảm, cũng chẳng có tình yêu. Và đau khổ đẻ ra lòng tự thương xót. Hầu hết chúng ta mang cái gánh nặng đau khổ này suốt đời, và hình như không có cách nào giải quyết nó. Và có cả sự đau khổ thuộc về thời gian. Bạn hiểu chứ? Chúng ta mang nỗi đau khổ này cho đến cuối đời, vô phương giải quyết. Còn có một nỗi đau khổ ghê gớm hơn nhiều: sống với một cái mà bạn không thể nào hiểu; nó gậm nhấm trái tim và tâm trí bạn, làm cho cuộc đời bạn u tối. Còn có cả nỗi đau khổ của sự cô đơn, hoàn toàn cô độc, cô đơn, không bầu bạn, bị cắt đứt mọi giao tiếp, và cuối cùng đưa đến tình trạng điên loạn thần kinh, bệnh hoạn tâm thần và những chứng bệnh tâm lý khác.

Đau khổ thì vô bờ, nó không phải chỉ thuộc về một con người mà còn cả một chủng tộc. Làm sao bạn giải quyết được đau khổ? Bạn phải giải quyết đau khổ cũng như bạn giải quyết sợ hãi. Không hề có tương lai - bạn có thể tưởng tượng ra một tương lai - không hề có tương lai đối với một người đang sống với trí tuệ, một người bén nhạy, sinh động, tươi trẻ và hồn nhiên. Do đó bạn phải giải quyết sợ hãi, bạn phải chấm dứt đau khổ.

Tôi lập lại, chấm dứt đau khổ là giao tiếp với cảm xúc kỳ lạ này mà không có sự tự thương xót, không ý kiến, không công thức, không giải thích; mà chỉ giao tiếp trực tiếp với nó, giống như một người sờ mó cái bàn. Và đây là một trong những điều khó làm nhất: gạt bỏ tất cả ý nghĩ, mà trực tiếp giao tiếp.

Rồi lại đến vấn đề cái chết - và cùng với vấn đề cái chết là vấn đề tuổi già. Tất cả các bạn đều biết chết là điều bất khả tránh - bất khả tránh vì lão suy, tuổi già, bệnh tật, tai nạn. Dù cho các nhà khoa học tìm cách kéo dài đời sống con người thêm năm mươi năm hay nhiều hơn nữa thì chết vẫn là bất khả tránh. Tại sao họ lại muốn kéo dài sự hiện hữu đầy thống khổ này thì chỉ có Trời biết! Nhưng đó là điều chúng ta muốn. Và để hiểu cái chết, chúng ta phải tiếp xúc với cái chết; điều này đòi hỏi một cái tâm vô úy, một cái tâm không tư duy theo thời gian, một cái tâm không sống trong chiều thời gian.

Chúng ta đặt cái chết ở tận cùng của cuộc sống - ở đâu đó tận đằng xa kia. Chúng ta tìm cách đặt cái chết càng xa càng tốt, và làm cho nó càng đến chậm càng tốt. Chúng ta biết có cái chết. Và chúng ta tưởng tượng ra kiếp sau. Chúng ta bảo: "Ta đã sống, ta đã xây dựng một tên tuổi, ta đã làm nên nhiều chuyện. Chẳng lẽ tất cả những thứ này sẽ chấm dứt với cái chết? Nhất định phải có tương lai." Tương lai, kiếp sau, luân hồi - tất cả những thứ đó chỉ là sự trốn chạy thực tế hôm nay, trốn chạy thực tế giao tiếp trực tiếp với cái chết.

Hãy nghĩ về cuộc đời bạn. Nó là gì? Hãy thực sự nhìn vào cuộc đời bạn, cái mà bạn muốn kéo dài! Cuộc đời bạn là gì? Một cuộc chiến bất tận, một cuộc hỗn loạn triền miên, một thoáng vui qua mau, sự nhàm chán, nỗi đau khổ, sự sợ hãi, khốn khổ, tuyệt vọng, ghen tương, tật đố, tham vọng - đó chính là cuộc đời của bạn, với đủ thứ bệnh hoạn và tầm thường nhỏ nhen. Thế mà bạn muốn kéo dài cuộc đời đó sau khi chết đi!

Nếu bạn tin vào luân hồi - như bạn phải tin, như kinh sách nói về nó - thì điều quan trọng là những gì bạn đang là. Vì những gì đang là sẽ điều kiện hóa tương lai của bạn. Như thế cái mà bạn đang là, những gì bạn làm, những gì bạn nghĩ, những gì bạn cảm thọ, cách bạn sống - tất cả những thứ này vô cùng quan trọng. Thậm chí nếu bạn không tin vào luân hồi thì như vậy chỉ có kiếp này. Như thế thì những gì bạn làm, những gì bạn suy nghĩ, cảm thọ, dù cho bạn bóc lột hay không bóc lột người khác, bạn có yêu hay không, có tình cảm hay không, có nhạy cảm hay không, và liệu có cái đẹp hay không là hết sức quan trọng. Nhưng sống được như thế thì bạn phải hiểu rõ cái chết chứ không phải đặt nó ở tận cùng của cuộc sống - một cuộc sống đầy đau khổ, sợ hãi, tuyệt vọng và bất trắc. Như vậy bạn phải đem cái chết đến thật gần, nghĩa là bạn phải chết đi.

Bạn có biết chết là gì không? Bạn đã chứng kiến đủ cái chết. Bạn đã thấy người chết được đem đến nơi hỏa táng và thiêu hủy. Bạn đã thấy cái chết. Hầu hết mọi người sợ chết. Chết như đóa hoa kia chết, như loài dây leo kia chết cùng với tất cả vẻ rực rỡ buổi bình minh. Với cái đẹp đó, với vẻ thanh nhã đó, loài hoa kia chết đi không nuối tiếc, không biện luận; nó đi đến một sự chấm dứt. Còn chúng ta trốn tránh cái chết qua thời gian - có nghĩa là "cái chết ở đằng kia." Chúng ta bảo: "Tôi còn sống thêm vài năm nữa, và tôi sẽ được tái sinh trong kiếp sau," hoặc: "Đây là kiếp sống duy nhất, hãy để ta tận hưởng nó, hãy để ta vui hưởng những lạc thú tuyệt vời nhất, hãy để ta biến nó thành một cuộc trình diễn ngoạn mục nhất." Và như thế, không bao giờ chúng ta giao tiếp được với điều kỳ lạ gọi là cái chết. Chết có nghĩa là chết đi tất cả những gì thuộc quá khứ, chết đi lạc thú của chính bạn.

Có bao giờ bạn thử chết đi một lạc thú mà không biện luận, không thuyết phục, không ép buộc, và cũng không vì sự cần thiết? Bạn sẽ chết một cách bất khả tránh. Nhưng có bao giờ bạn thử chết ngay hôm nay tất cả lạc thú, hồi tưởng, hận thù, tham vọng, và thói gom giữ tiền bạc cấp bách của mình một cách nhẹ nhàng, và vui vẻ? Tất cả những gì bạn muốn có từ cuộc đời là tiền tài, địa vị, quyền thế, và thói ganh ghét người khác. Liệu bạn có thể chết đi những thứ đó. Liệu bạn có thể chết đi những gì đã biết một cách nhẹ nhàng, không biện luận, không giải thích? Xin nhớ rằng bạn không phải chỉ nghe suông dăm ba lời và một vài ý tưởng, mà bạn sẽ thực sự thụ hưởng một lạc thú - chẳng hạn như thú tình dục - rồi chết đi cái khoái lạc này. Đó là điều mà bằng mọi cách bạn sẽ làm. Bạn sẽ chết đi - có nghĩa là chết đi những gì bạn biết, chết đi thân, tâm của bạn, chết đi những gì bạn đã tạo dựng. Như thế bạn sẽ hỏi: "Chỉ có thế thôi sao? Liệu cả cuộc đời tôi chấm dứt cùng với cái chết?" Tất cả những gì bạn đã làm như nghĩa vụ, sách vở, kiến thức, kinh nghiệm, lạc thú, cảm tình, gia đình, tất cả đều chấm dứt với cái chết. Nó đang đối diện bạn. Hoặc là bạn chết đi tất cả những thứ đó ngay bây giờ hoặc là bạn chết đi một cách bất khả tránh khi đến giờ lâm tử. Chỉ người có trí tuệ hiểu được toàn thể tiến trình này mới là đạo nhân.

Kẻ khoác lên người lớp y khất sĩ, để râu, vào chùa, trốn tránh cuộc đời thì không phải là đạo nhân. Đạo nhân là người chết đi mỗi ngày và tái sinh mỗi ngày. Tâm của đạo nhân thì lúc nào cũng son trẻ, hồn nhiên và tươi mới. Hãy chết đi đau khổ, hãy chết đi lạc thú, hãy chết đi tất cả những gì giấu kín tận thâm tâm của bạn - hãy làm đi - làm được như thế bạn sẽ thấy rằng mình không lãng phí cuộc đời. Lúc đó bạn sẽ phát hiện một điều khó tin mà chưa một ai biết được. Nó không phải là một phần thưởng. Mà cũng chẳng có phần thưởng. Hoặc là bạn chết đi một cách tự nguyện hoặc là bạn chết đi một cách bất khả tránh. Bạn phải chết một cách tự nhiên, mỗi ngày, như đóa hoa kia chết, nở rộ, thắm tươi và viên mãn, và rồi chết đi cái đẹp đó, sự thắm tươi đó, tình yêu đó cùng với kinh nghiệm và kiến thức. Chết đi tất cả những thứ đó mỗi ngày tức là bạn tái sinh, và như thế bạn có một cái tâm luôn luôn tươi mới.

Bạn cần một cái tâm tươi mới; nếu không bạn không biết tình yêu là gì. Nếu bạn không chết đi thì tình yêu của bạn chỉ là ký ức, và lúc đó tình yêu của bạn vướng mắc trong ghen tuông, đố ky. Bạn phải chết đi mỗi ngày, chết đi những gì đã biết, chết đi tất cả hận thù, sỉ nhục và cả những tâng bốc. Hãy chết đi tất cả những thứ đó rồi bạn sẽ thấy thời gian là vô nghĩa. Lúc đó không có ngày mai, mà chỉ có *bây giờ* là cái siêu vượt hôm qua, hôm nay và ngày mai. Và chỉ trong cái *bây giờ* mới có tình yêu.

Người không có tình yêu thì không thể đến gần chân lý. Nếu không có tình yêu thì dù có làm bất cứ gì đi nữa - đủ mọi thứ hy sinh, nguyện sống độc thân, mọi công tác xã hội, hay bóc lột của bạn - đều vô giá trị. Và bạn không thể yêu nếu mỗi ngày không chết đi ký ức của chính mình.

Vì tình yêu không thuộc về ký ức, tình yêu là một cái gì đang sống. Một cái gì đang sống là một sự chuyển động, và một cái gì chuyển động thì không thể bị giam giữ trong ngôn từ, trong tư tưởng, hay trong một cái tâm chỉ biết tìm kiếm cái tôi. Chỉ cái tâm đã hiểu được thời gian, đã đoạn trừ được đau khổ thì mới vô úy - chỉ cái tâm như thế mới biết cái chết là gì. Và do đó mới có sự sống cho một cái tâm như thế.

୨୦୯୨

Trích từ Sổ Tay của Krishnamurti Gstadd, 23 tháng 8 năm 1961

Thiền là chú ý trong đó có sự tỉnh thức không lựa chọn về sự vận hành của vạn hữu, tiếng quạ kêu, tiếng cưa điện xẻ gỗ, tiếng xào xạc của lá cây, giòng nước chảy ồn ào, đứa trẻ cất tiếng gọi, những cảm thọ, những nguyên do, những ý nghĩ đuổi bắt nhau và vào sâu hơn nữa, sự biết rõ toàn thể ý thức. Và trong sự chú ý này, thời gian là hôm qua theo đuổi vào không gian của ngày mai, cũng như sự trăn trở và vặn mình của ý thức trở nên tĩnh lặng. Trong sự tĩnh lặng này có một sự vận hành bất khả đo lường, bất khả so sánh; một sự vận hành không có sự hiện hữu, đó chính là ý nghĩa chân thật của cực lạc, của cái chết và sự sống; một sự vận hành không thể theo đuổi, vì nó không để lại dấu vết, và vì nó tĩnh lặng, bất động nên nó là cốt lõi của mọi động thái.

Con đường đi về hướng tây, uốn mình giữa những đồng cỏ ướt sũng nước mưa, chạy qua những thôn làng xinh xắn trên sườn đồi, cắt ngang những giòng nước tuyết trong veo, chạy qua những giáo đường có tháp chuông bằng đồng; nó tiếp tục đi mãi cho đến khi khuất trong những đám mây đen vần vũ như hang động và màn mưa, với đồi núi khép kín. Trời bắt đầu mưa lất phất; qua cửa kính phía sau của chiếc xe chạy chậm rãi, chúng tôi ngoảnh nhìn lại nơi đã đi qua và thấy những đám mây nhuộm đầy ánh sáng mặt trời, bầu trời xanh và những rặng núi sáng rực và quang đãng. Không nói một lời nào, bất chợt chúng tôi dừng xe, lùi và quay lại, rồi chạy về phía ánh sáng và rặng núi. Quang cảnh thật đẹp, khi con đường chạy vào một thung lũng trống trải, trái tim đứng im lặng; trái tim im lặng và mở rộng như thung lũng đang trải ra, một cảm giác hoàn toàn choáng váng. Chúng tôi đã qua lại thung lũng này nhiều lần, nên khá quen thuộc với hình dáng của những quả đồi, và nhận ra dễ dàng những cánh đồng cỏ và những túp lều tranh, cũng như tiếng chảy quen thuộc của giòng suối. Tất cả mọi thứ đều ở đó ngoại trừ bộ óc đang mải lái xe. Tất cả mọi thứ trở nên mãnh liệt, cái chết đến. Không phải vì bộ óc im lặng, không phải vì cái đẹp của cảnh vật, hay ánh sáng trên mây, hay vẻ trang nghiêm bất động của rặng núi; nó hoàn toàn không phải những thứ này, mặc dù những thứ này có thể đã góp một phần nào đó cho nó. Nó chính là cái chết; đột nhiên tất cả mọi thứ đi đến chỗ chấm dứt. Không còn sự tiếp tục; bộ óc làm công việc điều khiển thân xác lái xe, và chỉ có thế. Hoàn toàn chỉ có thế. Chiếc xe chạy một lúc thì ngừng lại. Sự sống và cái chết, thật kề cận, một cách mật thiết, không thể phân chia, và chẳng cái nào là quan trọng. Một cái gì choáng váng vừa xảy ra.

Không hề có sự lừa dối hay tưởng tượng; cái chết thì quá nghiêm túc đối với sự lầm lẫn ngớ ngẩn như thế; cái chết không phải là một cái gì đó để bỡn cợt. Chết không phải là chuyện tình cờ, và nó sẽ không bỏ đi; không thể tranh luận với nó. Bạn có thể luận bàn suốt đời với cuộc sống, nhưng bạn không thể làm như thế với cái chết. Cái chết thì chung cuộc và tuyệt đối. Không phải cái chết của thân xác, cái chết của thân xác có thể là một sự kiện khá đơn giản và dứt khoát. Sống với cái chết là một vấn đề hoàn toàn khác. Có sự sống và có cả cái chết; chúng đã hiện hữu hợp nhất bất khả lay chuyển. Đó không phải là cái chết tâm lý; nó không phải một sự bàng hoàng làm tan biến mọi ý nghĩ và cảm thọ; nó không phải là sự lầm lẫn bất chợt của bộ óc hoặc một chứng bệnh tâm thần. Nó không hề là bất cứ gì trong những thứ đó, nó cũng không phải là một quyết định lạ lùng của bộ óc đã mệt mỏi hay trong cơn tuyệt vọng. Nó cũng không phải là một ước muốn vô thức mong cầu cái chết. Nó không là bất cứ gì thuộc những thứ đó; những thứ đó đều ấu trĩ và dễ tin. Nó là một cái gì trong cảnh giới khác; nó là một cái gì đó không tuân theo sự mô tả theo chiều thời gian và không gian.

Nó đã ở đó, bản chất đích thực của cái chết. Bản chất đích thực của cái ta là cái chết, nhưng cái chết này cũng còn là bản chất của sự sống. Thật thế, cả hai - sự sống và cái chết - không thể tách rời. Nó không phải là một cái gì đó được bộ óc tạo ra cho sự an ủi và an toàn tưởng tượng của nó. Chính sống là chết, và chết là sống.

Trong chiếc xe đó, với tất cả vẻ đẹp và mầu sắc, với "cảm thọ" cực lạc đó, chết là một phần của tình yêu, một phần của mọi thứ. Chết không phải là một biểu tượng, một ý tưởng, một cái gì đó mà một người đã biết. Nó đã ở đó, hiện thực, thực tế, mãnh liệt và quyết liệt như tiếng còi của chiếc xe muốn vượt lên. Vì sự sống không thể chia ly hay bị gạt sang một bên, nên cái chết lúc này cũng không thể chia ly hay bị gạt sang một bên. Nó đã ở đó với một cường độ phi thường và với một sự chung quyết.

Một người đã sống với nó suốt đêm; có vẻ như nó đã chiếm hữu bộ óc và những hành hoạt bình thường; chẳng có bao nhiêu động thái của bộ óc đã xảy ra, nhưng có một sự thản nhiên đối với chúng. Lúc nãy là sự thản nhiên, nhưng bây giờ thì nó đã vượt ra khỏi và ở ngoài mọi sự mô tả chính xác. Tất cả đều trở nên mãnh liệt hơn rất nhiều, cả sự sống lẫn cái chết.

Cái chết đang tỉnh giấc, không chút đau khổ, cùng với sự sống. Buổi sáng thật tuyệt vời. Phước lạc đó chính là sự vui sướng của rặng núi và rừng cây.

Ngày 24 tháng 8

Hôm đó là một ngày ấm áp và đầy bóng râm; những tảng đá rực sáng chói chang. Không như những cây dương liễu sẵn sàng run rẩy khi làn gió nhẹ thì thầm thoảng qua, hàng thông sẫm mầu có vẻ như bất động. Một cơn gió mạnh vừa từ hướng tây quét qua thung lũng. Những tảng đá trông linh hoạt đến nỗi dường như chúng chạy theo các đám mây; mây vấn vương quanh đá, lượn theo hình dáng và đường cong của đá, mây bềnh bồng quanh đá và khó mà tách rời đá khỏi mây. Cây cối cùng rảo bước với mây. Tất cả thung lũng hình như chuyển động, và những lối mòn nhỏ và hẹp chạy lên các thửa rừng và xa hơn nữa có vẻ như khuất phục và sống động. Những cánh đồng cỏ lấp lánh là nơi trú ngụ của loài hoa mắc cỡ. Sáng hôm nay đá ngự trị thung lũng; chúng thuộc đủ loại màu sắc khác nhau nên chỉ có màu sắc; những tảng đá sáng nay thật dịu dàng, chúng mang đủ mọi hình dáng và kích thước khác nhau. Chúng thản nhiên với tất cả, với gió mưa và những tiếng nổ lớn vì sự cần thiết của con người. Chúng hằng ở đó, và sẽ vẫn ở đó, vượt mọi thời gian.

Buổi sáng thật rực rỡ, mặt trời ở khắp nơi và từng chiếc lá lay động; buổi sáng thật đẹp cho một chuyến du ngoạn bằng xe, không cần đi xa lắm nhưng vừa đủ để thưởng ngoạn vẻ đẹp của vùng đất. Đó là một buổi sáng được cái chết làm tươi mới, không phải cái chết của lão suy, của bệnh tật hay tai nạn nhưng là cái chết hủy diệt để sáng tạo hiện hữu. Không thể nào có sự sáng tạo nếu cái chết không quét sạch những thứ mà bộ óc đã huân tập để bảo vệ sự tồn tại hướng ngã. Cái chết, trước kia, từng là một hình thức mới của sự tiếp tục; cái chết từng được gắn liền với sự tiếp tục. Cùng với cái chết xuất hiện một sự tồn tại mới, một kinh nghiệm mới, một hơi thở mới, và một cuộc sống mới. Cái cũ chấm dứt và cái mới khai sinh, và cái mới lại nhường chỗ cho một cái mới khác. Chết là phương tiện đưa đến trạng thái mới, phát minh mới, lối sống mới, và cách tư duy mới. Chết là một sự đổi thay đầy sợ hãi, nhưng chính sự thay đổi ấy đem lại một hy vọng tươi mới.

Nhưng bây giờ thì cái chết không đem lại một cái gì mới, một chân trời mới hay một hơi thở mới. Chỉ là cái chết, tuyệt đối và chung cuộc. Và rồi không còn gì nữa, vô khứ vô lai. Vô. Không sinh khởi bất cứ gì. Nhưng cũng chẳng có tuyệt vọng, chẳng có tìm cầu; chỉ có cái chết trọn vẹn vô thời, nhìn ra từ những độ sâu thăm thẳm [mà những độ sâu này] không có ở đó. Cái chết ở đó mà không có cái cũ hay cái mới. Đó là cái chết không có nụ cười và nước mắt. Nó không phải là cái mặt nạ phủ lấp, hay che giấu một thực tại nào đó. Cái chết đã quét đi tất cả, và để lại cái vô. Cái vô này là sự nhảy múa của chiếc lá; tiếng gọi của đứa trẻ kia. Nó là vô, và phải là vô. Cái gì tiếp tục thì băng hoại, là máy móc, là thói quen, là tham vọng. Có sự tha hóa, nhưng không ở trong cái chết. Chết hoàn toàn không là gì cả. Nó phải có đó, vì từ đó sự sống hình thành, và tình yêu xuất hiện. Vì sự sáng tạo ở trong cái vô này. Nếu không có cái chết tuyệt đối thì không có sáng tạo.

Ngày 31 tháng 8

Thiền mà không theo một quy thức, không vì một nguyên nhân hay lý lẽ, không cứu cánh và cũng chẳng có mục đích là một hiện tượng thật khó tin. Thiền không những là tiếng nổ lớn thanh tẩy mọi cấu nhiễm mà còn là cái chết, cái chết không có ngày mai. Sự thanh tịnh của thiền thì tàn phá, không chừa lại một hang hốc nào để ý nghĩ có thể lẩn khuất trong bóng tối của chính nó. Tính thanh tịnh của thiền thì dễ bị xâm chiếm; nó không phải là một đức hạnh có được qua sự đề kháng. Cũng như tình yêu, thiền thì thanh tịnh vì không đề kháng. Không hề có ngày mai trong thiền, không có sự tranh luận với cái chết. Cái chết của hôm qua và ngày mai không xa lìa hiện tại tầm thường của thời gian - và thời gian thì luôn luôn tầm thường - nhưng một sự phá hủy là cái mới. Thiền là thế, chứ không phải là những tính toán vớ vẩn của bộ óc tìm kiếm sự an toàn. Thiền là phá hủy an toàn, và trong thiền có một cái đẹp tuyệt vời, không phải cái đẹp do con người tạo nên hay do thiên nhiên bài trí, mà là của sự im lặng. Sự im lặng này là tính không, trong đó và từ đó vạn hữu vận hành và hiện hữu. Tính không thì bất khả tri. Tri thức hay cảm thọ không thể tìm đường đến nó, không có con đường nào đưa đến nó, và bất cứ một pháp môn nào đưa đến nó cũng chỉ là sáng kiến của bộ óc tham lam. Mọi cách thức và phương tiện của cái ta toan tính phải bị tiêu diệt hoàn toàn; mọi di chuyển tới lui, theo phương cách thời gian phải chấm dứt, không có ngày mai. Thiền là phá hủy; nó là mối nguy hiểm cho những ai muốn sống một cuộc sống hời hợt, một cuộc sống hoang đường và huyền thoại.

Những ngôi sao tỏa sáng và rực rỡ thật sớm vào buổi sáng. Bình minh còn lâu mới đến. Quang cảnh thật tĩnh mịch lạ thường; cả giòng suối huyên náo cũng yên tĩnh, và những quả đồi đứng im lặng. Nguyên một tiếng đồng hồ đã trôi qua trong trạng thái ấy khi bộ óc không ngủ mê mà tỉnh thức, bén nhạy và chỉ quan sát; trong suốt trạng thái đó toàn thể tâm siêu vượt chính nó mà không theo một hướng nào, vì không có người điều hướng. Thiền là bão tố, phá hủy và thanh tẩy. Rồi bình minh đến từ xa. Từ hướng đông ánh sáng từ từ tỏa rộng, thật non nớt và nhợt nhạt, thật tĩnh lặng và rụt rè; ánh sáng vượt qua những ngọn đồi xa xa, rồi chạm vào rặng núi chót vót và những đỉnh cao. Những thân cây đơn độc hay quây quần thành lùm đứng yên lặng; cây dương liễu bắt đầu tỉnh giấc và con suối cất tiếng reo vui. Bức tường mầu trắng của ngôi nhà trong nông trại quay về hướng tây trở nên trắng toát. Một cách chậm chạp và hiền hòa, và hầu như van xin, ánh sáng đã đến và phủ đầy cảnh vật. Rồi những đỉnh cao phủ tuyết bắt đầu sáng rực một mầu hồng tươi, và những tiếng ồn của sáng sớm bắt đầu trổi lên. Ba con quạ bay ngang qua bầu trời, lặng lẽ, theo cùng một hướng; từ xa có tiếng chuông của một con bò, và sau đó là sự tĩnh lặng. Một chiếc xe leo dốc lên đồi và một ngày bắt đầu.

Một chiếc lá vàng rơi xuống trên lối mòn trong rừng; đối với một số cây thì mùa thu đã đến. Đó là một chiếc lá đơn, không một gợn nhơ, không một dấu vết, và tinh khiết. Chiếc lá mang sắc vàng của mùa thu, vẫn còn duyên dáng trong cái chết của nó, và chưa hề nhuốm bệnh. Chiếc lá vẫn còn tràn đầy tính chất của mùa xuân và mùa hè, trong lúc những chiếc lá khác trên cây vẫn còn xanh. Đó là một cái chết huy hoàng. Cái chết đã ở đó, không phải trong chiếc lá vàng kia mà thực sự ở đó, không phải cái chết bất khả tránh được truyền thống hóa mà là cái chết luôn luôn luôn hiện hữu. Nó không phải là một cái gì hoang tưởng mà là một thực tại không thể che đậy. Cái chết luôn luôn có đó, ở từng khúc quanh trên một con đường, trong từng ngôi nhà, với từng vị thần linh. Cái chết hiện hữu với tất cả sức mạnh và vẻ đẹp của nó.

Bạn không thể tránh né cái chết. Bạn có thể quên nó đi, bạn có thể lý giải nó hoặc tin rằng mình sẽ luân hồi hay tái sinh. Dù bạn có làm bất cứ gì, dù bạn có tìm đến bất cứ đền đài hay kinh sách nào thì cái chết vẫn luôn luôn có đó, dù trong những lễ hội hay những khi khỏe mạnh. Bạn phải sống với cái chết để biết cái chết; bạn không thể biết cái chết nếu bạn sợ hãi cái chết, sợ hãi chỉ bi thảm hóa cái chết. Muốn biết cái chết bạn phải yêu cái chết. Muốn sống với cái chết bạn phải yêu cái chết. Hiểu biết về cái chết không có nghĩa là chấm dứt cái chết. Sự hiểu biết có thể chấm dứt nhưng cái chết thì không. Yêu cái chết không có nghĩa là thân quen với cái chết, bạn không thể thân quen với sự hủy diệt. Bạn không thể yêu cái gì mà mình không biết, mà thực ra bạn chẳng biết gì, thậm chí bạn không biết ngay cả vợ bạn hay ông chủ của bạn, huống chi là một cái hoàn toàn xa lạ. Nhưng bạn phải yêu nó, cái xa lạ, cái bất khả tri. Bạn chỉ yêu cái gì mà bạn chắc chắn, cái gì đem lại an ủi và an toàn cho bạn. Bạn không yêu sự bất trắc, cái bất khả tri; bạn có thể yêu sự nguy hiểm, hy sinh mạng sống cho người khác, hoặc giết người vì tổ quốc của bạn, nhưng đó không phải tình yêu; những thứ đó có phần thưởng và lợi lộc; bạn yêu sự thành đạt dù trong đó có đớn đau. Trong sự hiểu cái chết chẳng có lợi lộc nào, nhưng lạ lùng thay cái chết và tình yêu luôn luôn đi cùng với nhau, không bao giờ tách rời. Bạn không thể yêu mà không chết; bạn không thể ôm ấp mà không có cái chết hiện hữu. Ở đâu có tình yêu thì ở đó có cái chết, tình yêu và cái chết không thể xa rời nhau.

Nhưng liệu chúng ta biết tình yêu là gì? Bạn biết cảm giác, xúc động, ước muốn, cảm thọ, và bộ máy tư duy, nhưng những thứ này không phải là tình yêu. Bạn yêu chồng con mình; bạn chán ghét chiến tranh nhưng tiến hành chiến tranh. Tình yêu của bạn biết hận thù, ganh ghét, tham vọng, và sợ hãi; sự che lấp của những thứ này không phải tình yêu. Bạn yêu quyền lực và danh vọng, mà quyền lực và danh vọng thì độc ác và xấu xa. Liệu chúng ta biết tình yêu là gì? Không bao giờ biết được tình yêu chính là sự kỳ diệu của tình yêu, là cái đẹp của tình yêu. Không bao giờ biết không có nghĩa là vẫn còn nghi hoặc, và cũng không có nghĩa là tuyệt vọng; nó là sự chết đi ngày hôm qua và như thế hoàn toàn không có sự chắc chắn về ngày mai. Tình yêu không có sự tiếp tục, cái chết cũng thế. Chỉ có ký ức và bức tranh đóng khung mới có sự tiếp tục, nhưng những thứ này thì máy móc, và ngay cả máy móc cũng hao mòn, nhường chỗ cho những bức tranh mới, ký ức mới. Cái gì có sự tiếp tục thì luôn luôn băng hoại, và cái gì băng hoại thì không phải cái chết. Tình yêu và cái chết không thể tách rời nhau, nơi nào có tình yêu và cái chết thì luôn luôn có sự hủy diệt.

৪৩

Saanen, 28 tháng 7 năm 1964

Bạn biết đấy, tôi đã nói về cái chết và như thế may ra bạn hiểu về tổng thể cái chết một cách thực sự - không phải chỉ bây giờ mà suốt đời bạn - và do đó bạn không còn đau khổ, không còn sợ hãi, và thực sự hiểu được chết là gì. Nếu ngay bây giờ, và trong những ngày sắp đến, tâm bạn không hoàn toàn tỉnh thức, hồn nhiên, chú ý sâu sắc, mà bạn chỉ nghe suông ngôn từ thì hoàn toàn vô ích. Nhưng nếu bạn tỉnh thức và chú ý sâu sắc, biết rõ tất cả ý nghĩ và cảm thọ của chính mình, nếu bạn không diễn giải những gì diễn giả đang nói mà đang thực sự quan sát chính mình trong lúc diễn giả mô tả và đi sâu vào vấn đề thì như thế bạn sẽ sống - không những sống với hỉ lạc mà còn với cả cái chết và tình yêu.

༄༅

Sources and Acknowledgments

§ From the Authentic Report of the eighth public talk at Saanen 28 July 1964 in *Collected Works of J. Krishnamurti* copyright © 1992 Krishnamurti Foundation of America.

§ From the unpublished report of a discussion at Ojai 7 June 1932 copyright © 1992 Krishnamurti Foundation of America.

§ From the unpublished revision by Krishnamurti of a question asked after the ninth public talk in Bombay 14 March 1948 copyright © 1992 Krishnamurti Foundation of America.

§ From the Verbatim Report of the second talk at Benares Hindu University Varanasi 17 January 1954 in *Collected Works of J. Krishnamurti* copyright © 1991 Krishnamurti Foundation of America.

§ From the Verbatim Report of the fifteenth talk with students at Rajhat 22 January 1954 in *Collected Works of J. Krishnamurti* copyright © Krishnamurti Foundation of America.

§ From chapter 14 of *Commentaries on Living Second Series* copyright © 1958 Krishnamurti Writings, Inc.

§ From the unpublished report of a discussion in Seatle 3 August 1950 copyright © 1992 Krishnamurti Foundation of America.

§ From chapter 2 of *Talks in Europe 1968* 28 April 1968 in Paris copyright © 1969 The Krishnamurti Foundation London.

§ From chapter 3 of *Talks in Europe 1968* 19 May 1968 in Amsterdam copyright © 1969 The Krishnamurti Foundation London.

§ From chapter 1 of *The Flight of the Eagle* 20 March 1969 in London copyright © 1971 The Krishnamurti Foundation London.

§ From the transcript of the sixth public talk at Saanen 27 July 1972 copyright © 1992 Krishnamurti Foundation Trust, Ltd.

§ From the Verbatim Report of the seventh public talk at Saanen 21 July 1963 in *Collected Works of J. Krishnamurti* copyright © 1992 Krishnamurti Foundation of America.

§ From the transcript of the third public talk at Brockwood Park 7 September 1974 copyright © 1992 Krishnamurti Foundation Trust, Ltd.

§ From the transcript of the third public dialogue at Saanen 30 July 1976 copyright © 1992 Krishnamurti Foundation Trust, Ltd.

§ From the Verbatim Report of the sixth public talk in Madras 9 December 1959 in *Collected Works of J. Krishnamurti* copyright © 1992 Krishnamurti Foundation of America.

§ From chapter 14 of *Commentaries on Living Third Series* copyright © Krishnamurti Writings, Inc.

§ From the Verbatim Report of the sixth public talk in Bombay 10 January 1960 in *Collected Works of J. Krishnamurti* copyright © 1992 Krishnamurti Foundation of America.

§ From the Verbatim Report of the sixth public talk in Bombay 7 March 1962 in *Collected Works of J. Krishnamurti* copyright © 1992 Krishnamurti Foundation of America.

§ From the Verbatim Report of the fourth public talk in London 12 June 1962 in *Collected Works of J. Krishnamurti* copyright © 1992 Krishnamurti Foundation of America.

§ From the Verbatim Report of the fifth public talk in New Delhi 6 November 1963 in *Collected Works of J. Krishnamurti* copyright © 1992 Krishnamurti Foundation of America.

§ From chapter 2 of *The Flight of the Eagle* 11 May 1969 in Amsterdam copyright © 1971 the Krishnamurti Foundation London.

§ From the Authentic Report of the fifth public talk in Bombay 24 February 1965 in *Collected Works of J. Krishnamurti* copyright © 1992 Krishnamurti Foundation of America.

§ From *Krishnamurti's Notebook* 23 August 1961 in Gstaad copyright © 1976 Krishnamurti Foundation Trust, Ltd.

§ From the Authentic Report of the eighth public talk at Saanen 28 July 1964 in *Collected Works of J. Krishnamurti* copyright © 1992 Krishnamurti Foundation of America.

ಬಂಡ

Mục Lục

■ VỀ SỐNG VÀ CHẾT
Chịu trách nhiệm xuất bản: Quang Thắng
Biên tập nội dung: Xuân Lưu
Sửa bản in: Phương Hiền
Bìa: Đỗ Duy Ngọc
In 1.000 cuốn, khổ 14x20cm
tại Công ty in Việt Hưng
79/81 Nguyễn Xí, Q. Bình Thạnh, TP. Hồ Chí Minh
Số đăng ký kế hoạch xuất bản:
838-2007/CXB/43-10/PĐ
Cục xuất bản ký ngày 16 tháng 10 năm 2007
In xong và nộp lưu chiểu tháng 11 năm 2007